ഓഷോ ധ്യാനോത്സവം

INSIGHT PUBLICA®

Nadakkavu, Kozhikode, Kerala
Tel:0495–4020666
www. insightpublica. com
e-mail: insightpublica@gmail. com
Title: **Swayam Oru Deepamayitheerika**
(Malayalam)
Author: **Osho**
First Insight Edition: September 2023

ISBN 978-93-5517-439-0
Printed and Published by
Insightinpublica Printers & Publishers Ltd.
₹200

ഓഷോ

സ്വയം ഒരു
ദീപമായിത്തീരുക

INSIGHT PUBLICA®

ഓഷോ ധ്യാനോത്സവം
പരമ്പരയിലെ പന്ത്രണ്ട് പുസ്തകങ്ങൾ

1. അസ്തിത്വത്തിന് സമർപ്പണം ചെയ്യുക
   Surrender to Existence
2. അതെ പറയുക!
   Say Yes!
3. പ്രേമം ഒരു സ്വതന്ത്ര പക്ഷിയാകുന്നു
   Love is a Free Brid
4. ജീവിതം ഒരു വരദാനമാകുന്നു
   Life is a Gift
5. ഭൂമിയിൽ അപരിചിതൻ
   Stranger to the Earth
6. സ്വയം ഒരു ദീപമായിത്തീരുക
   Be a lamp unto yourself
7. നാം സ്വയം പറക്കുന്നു
   Alone we Fly
8. ആപത്കരമായി ജീവിക്കുക
   Live Dangerously
9. ഭയമില്ലായ്മ ഞാൻ പഠിപ്പിക്കുന്നു
   I teach Fearlessness
10. നിങ്ങളുമായി ഒന്നായിത്തീരുക
    Become one with yourself
11. സമുദ്രത്തിൽ ഒരു മഞ്ഞുതുള്ളി
    A Dewdrop in the Ocean
12. ധ്യാനം: ഒരു ആനന്ദഹർഷം
    Meditation: An Ecstasy

സാധന എന്നതിന്റെ അർത്ഥം
സ്വന്തം പ്രകൃതത്തിനുള്ളിലേക്ക് പ്രവേശിക്കലാകുന്നു:
അതിനകത്ത് ജീവിക്കിൽ, അതായി വർത്തിക്കൽ.
അതിനാൽ താൻ എന്തിൽ നിന്നാണ്
സ്വതന്ത്രനാകേണ്ടത് എന്നതിനെക്കുറിച്ച്
ബോധവാനായിരിക്കുവാനായി
തന്റെ സ്വന്തം പ്രകൃതമല്ലാത്തതെന്തെന്ന്
ഒരുവനറിഞ്ഞിരിക്കണം: അത് തിരിച്ചറിയൽ
അതിൽ നിന്നുള്ള മോചനമായിത്തീരുന്നു.

മുഖവുര

വരും താളുകളിൽ കാണുന്ന വാക്കുകൾ ബോധ പ്രാപ്തനായ മഹാഗുരു ഓഷോ തന്റെ ശിഷ്യന്മാരോടും ഇന്ത്യയിലെ അദ്ദേഹത്തിന്റെ പൂന ആശ്രമം സന്ദർശിച്ച മറ്റു സാധകരോടുമായി ചെയ്ത പ്രഭാഷണങ്ങളിൽ നിന്നും എടുത്തിട്ടുള്ളതാണ്. ഫോട്ടോകളിൽ അധികവും ആശ്രമത്തിനകത്തുനിന്ന് എടുത്തിട്ടുള്ളവയാണ്: ഓഷോ തന്റെ ശിഷ്യരോടും അതിഥികളോടുമൊപ്പമുള്ളവ, സാധകർ ധ്യാനം ചെയ്യുകയോ മറ്റു പ്രവർത്തനങ്ങളിലേർപ്പെടുകയോ അല്ലെങ്കിൽ വെറുതെ വർത്തിക്കുകയോ ചെയ്യുന്നവ. (പൂന ഓഷോ മെഡിറ്റേഷൻ റിസോർട്ടിൽ നിന്നുള്ള ഫോട്ടോകൾ കൂടാതെ ഓഷോ ദം (ഡൽഹി), ഓഷോ നിസർഗ, (ഹിമാചൽപ്രദേശ്), ഓഷോ തവോവൻ (നേപ്പാൾ), രജനീഷ്പുരം (അമേരിക്ക), മേസ്കോ ഉൾപ്പെടെയുള്ള ചില വിദേശനഗരങ്ങളിൽ നടന്ന മെഡിറ്റേഷൻ ക്യാമ്പുകൾ, കേരളത്തിൽ നടന്ന ചില ഓഷോ ഇവന്റുകളുടെയും ക്യാമ്പുകളുടെയും ഫോട്ടോകൾ ഈ മലയാളം പതിപ്പിൽ ഉൾപ്പെടുത്തിയിട്ടുണ്ട്.)

ഓഷോ നിർദ്ദേശിച്ചിട്ടുള്ളത് ഈ പുസ്തകം താഴെ പറയുന്ന രീതിയിൽ ഉപയോഗിക്കുകയാണെങ്കിൽ വായനക്കാർക്കത് ഏറ്റവും കൂടുതൽ പ്രയോജനകരമായിരിക്കും എന്നാണ്- അതായത് ഓരോ പ്രഭാതത്തിലേക്കും ക്രമപ്പെടുത്തിയിട്ടുള്ള ഭാഗങ്ങൾ രാവിലെ ഉണർന്നെഴുന്നേൽക്കുമ്പോൾ തന്നെ-മനസ്സ് ദിവസേനെയുള്ള മറ്റു പ്രവൃത്തികളിൽ വ്യാപൃതമാകുന്നതിന് മുൻപ് വായിക്കുക.

ഒരാൾ ഉറങ്ങുന്നതിന് മുൻപ് അയാളുടെ മനസ്സിലുള്ള അവസാനത്തെ ചിന്ത തന്നെയായിരിക്കും ഉണർന്നെഴുന്നേൽക്കുമ്പോഴും അയാളുടെ ആദ്യത്തെ ചിന്ത എന്ന് പറയപ്പെടുന്നു. ഒരുപക്ഷെ നമ്മളിൽ ഭൂരിപക്ഷവും ഉറക്കത്തിലേക്ക് പതിക്കുന്നത്, ഒരു ടെലിവിഷൻ സീരിയലിലെ പ്രതിബിംബങ്ങളും കഴിഞ്ഞുപോയ ദിവസത്തെക്കുറിച്ചുള്ള വേവലാതികളും അടുത്ത് വരാനിരിക്കുന്ന ദിവസത്തെക്കുറിച്ചുള്ള ആകാംക്ഷകളും എല്ലാംകൂടി കുഴഞ്ഞു മറിഞ്ഞ മനസ്സുകളുമായിട്ടായിരിക്കും. നമ്മളിൽ പലർക്കും ഉറക്കത്തിലേക്ക് കടക്കുവാൻ തന്നെ കഴിയാത്ത അത്രയും വിഷമങ്ങളുണ്ട്. പ്രദോഷത്തിലേക്ക് വേണ്ടി തെരഞ്ഞെടുത്തിട്ടുള്ള ഭാഗങ്ങൾ രാത്രി ഉറങ്ങുന്നതിനു മുമ്പായി വായിക്കുക.

പന്ത്രണ്ട് പുസ്തകങ്ങളുടെ ഈ പരമ്പര മുപ്പത്തിയൊന്ന് ദിവസങ്ങളുള്ള പന്ത്രണ്ട് മാസങ്ങളായി വിഭജിച്ചിരിക്കുന്നു. 'മാസം ഒന്ന്', കലണ്ടർ വർഷം തുടങ്ങുന്ന മാസം തന്നെ ആയിരിക്കണമെന്നില്ല; അത് നിങ്ങൾ വായിക്കാൻ തുടങ്ങുന്ന ആദ്യത്തെ മാസമാണ്. ഉദ്ധരണികൾ ക്രമത്തിൽ തന്നെയാണ് വായിക്കേണ്ടത്, ഏതെങ്കിലും ഒന്ന് തെരഞ്ഞെടുത്താൽ പോരാ. കാരണം ജിവിതത്തെക്കുറിച്ചുള്ള ധാരണ മാസംതോറുമാണ് ഓഷോ വികസിപ്പിച്ചു കൊണ്ടുവരുന്നത്.

ഓരോ ദിവസത്തിനും ഒരു പ്രത്യേക വിഷയതന്തു ഉണ്ടായിരിക്കുകയും പ്രഭാതത്തിലെയും പ്രദോഷത്തിലെയും മനനവിഷയങ്ങൾ പരസ്പരം പൂരകമാ

യിരിക്കുകയും ചെയ്യുന്ന വിധത്തിലാണ് പുസ്തകം രൂപകല്പന ചെയ്തിട്ടുള്ളത്.

പ്രഭാതമനനങ്ങൾക്ക് വേണ്ടി തെരഞ്ഞെടുക്കപ്പെട്ട ഉദ്ധരണികൾ ഉന്മേഷദായകവും ചിന്തോദ്ദീപകവുമാണ്- എല്ലായ്പ്പോഴും, വരാനിരിക്കുന്ന ദിവസത്തിലേക്കുള്ള ഒരു സമ്പൂർണവും സജീവവുമായ പങ്കാളിത്തം സാധ്യമാക്കുന്നത്. താരതമ്യേന നോക്കിയാൽ പ്രദോഷത്തിലേക്കായുള്ള ഓഷോയുടെ വാക്കുകൾ വായനക്കാരെ വിശ്രാന്തിയുടെ, വികസനത്തിന്റെ, വിലയനത്തിന്റെ, അസ്തിത്വത്തോട് പൊരുത്തപ്പെടുന്നതിന്റെ സാംഗത്യത്തെ ഓർമ്മപ്പെടുത്തുന്നു.

ഈ ഉദ്ധരണികൾ വായിക്കുന്നതു തന്നെ സ്വയമേവ ഒരു മനനരൂപമാണ്. ഓഷോ പറഞ്ഞിട്ടുള്ളതുപോലെ, ഒരു ഋഷിവചനം അംഗീകരിക്കപ്പെടുകയോ നിരാകരിക്കപ്പെടുകയോ ചെയ്യുമ്പോഴും, ഒരുതരത്തിലുമുള്ള സിദ്ധാന്തത്തിന്റെയും ഭാഗമല്ല അത്.വായനക്കാരോട് ഒരു അനുയായിയോ വിശ്വാസിയോ ആകുവാൻ അതാവശ്യപ്പെടുന്നില്ല. വാസ്തവത്തിൽ പ്രസക്തമായിട്ടുള്ളത് ആ വാക്കുകൾ പോലുമല്ല, മറിച്ച് ആ വാക്കുകൾ എന്തിനെയാണോ സംവഹിക്കുന്നത് അതാണ് പ്രസക്തമായിട്ടുള്ളത്.

അദ്ദേഹം വിശദീകരിക്കുന്നു: ‘‘വാക്കുകൾ (ഋഷിവര്യന്റെ വാക്കുകൾ) അവയ്ക്കു ചുറ്റും ഒരു നിശ്ശബ്ദതയെ സംവഹിക്കുന്നു. അദ്ദേഹത്തിന്റെ വാക്കുകൾ ശബ്ദായമാനമല്ല. അദ്ദേഹത്തിന്റെ വാക്കുകൾക്ക് ഒരു സ്വരമാധുര്യമുണ്ട്, ഒരു താളം, ഒരു സംഗീതം; അദ്ദേഹത്തിന്റെ വാക്കുകളുടെ അകക്കാമ്പിൽ തികഞ്ഞ നിശ്ശബ്ദതയാണുള്ളത്. നിങ്ങൾക്ക് ആ വാക്കുകളിലേക്ക് കടന്നുകയറി ചെല്ലാനാകുമെങ്കിൽ അനന്തമായ നിശ്ശബ്ദതയെ നിങ്ങൾ അഭിമുഖീകരിക്കാനിടവരും.’’

‘‘എന്നാൽ ഒരു ബുദ്ധന്റെ വാക്കുകളിലേക്ക് കടന്നു കയറി ചെല്ലുവാനുള്ള മാർഗ്ഗം അപഗ്രഥനമല്ല, വാദപ്രതിവാദവുമല്ല, ചർച്ചചെയ്യലുമല്ല. അതിനുള്ള

മാർഗ്ഗം അദ്ദേഹവുമായി ഒരു ഭാവലയത്തിൽ വീഴ ലാണ്, അദ്ദേഹവുമായുള്ള ഒരു സ്വരച്ചേർച്ചയിൽ, ഒരു ഭാവൈക്യത്തിൽ എത്തിച്ചേരലാണ്. ആ സ്വരച്ചേ ർച്ചയിൽ, ആ ഒന്നായിത്തീരലിൽ, ഒരുവൻ ഗുരുവ ചനങ്ങളുടെ ഉള്ളറയിലേക്ക് പ്രവേശിക്കുന്നു. അവിടെ നിങ്ങൾ ഒരു ശബ്ദവും, ഒരു സ്വരവും കേൾക്കുക യില്ല; അവിടെ നിങ്ങൾ കണ്ടെത്തുക തികഞ്ഞ നിശ്ശബ്ദതയായിരിക്കും. അത് തിരിച്ചറിയുക എന്ന താണ് ഗുരുവിനെ ഗ്രഹിക്കൽ.''

വാക്കിന്റെ അർത്ഥമല്ല പ്രധാനം, ഓർക്കുക, മറിച്ച് ആ വാക്കിലെ നിശ്ശബ്ദതയാണ്. ''ഞാൻ നിങ്ങളോട് പറയുന്ന കാര്യങ്ങൾ നിങ്ങളുടെ ജീവിതത്തിൽ ഒരു യാഥാർത്ഥ്യമായി തീർന്നുകൊണ്ടിരിക്കുകയാണെ ങ്കിൽ നിങ്ങൾ എന്റെ വാക്കുകളെ ഓർക്കുന്നുവോ ഇല്ലയോ എന്നുള്ളത് ആര് ഗൗനിക്കുന്നു? അത് ഓർക്കാതിരിക്കുന്നത് തികച്ചും ശരിതന്നെ; വാക്കു കളുടെ ഏതെങ്കിലും തരത്തിലുള്ള സ്മരണ ഒരു തടസ്സമായിരിക്കും. പരിശുദ്ധമായ അർത്ഥം മാത്രം നിങ്ങളുടെ സത്തയുടെ അത്യഗാധമായ കാമ്പിലേക്ക് വ്യാപിക്കട്ടെ, അവിടെ വാക്കുകൾക്ക് എത്തിച്ചേരാ നാവില്ല, അവിടെ വാഗ്രഹിതമായ അർത്ഥത്തിന് മാത്രമേ പ്രവേശിക്കുവാൻ സാധ്യമാകു.''

വാസ്തവത്തിൽ, അദ്ദേഹത്തിന്റെ വാക്കുകൾ വായിക്കുക എന്നത് ഏതെങ്കിലും തരത്തിലുള്ള മനോ വ്യായാമത്തിലേർപ്പെടുക എന്നതിനേക്കാളേറെ സംഗീതം ശ്രവിക്കുന്നതിനോടാണ് സമാനമായിട്ടു ള്ളത്. സംഗീതം ശ്രവിച്ചുകൊണ്ടിരിക്കൽ- അല്ലെങ്കിൽ വീഞ്ഞ് നുണഞ്ഞുകൊണ്ടിരിക്കൽ: ഒന്ന് മൊത്തുക, മണപ്പിച്ചു നോക്കുക. ആ സ്വാദ് നിങ്ങളുടെ ആദ്ധ്യാ ത്മിക രുചി മണ്ഡലത്തെ തൊട്ടുണർത്താൻ അനു വദിക്കുക.

പ്രേം മനീഷ

ഓഷോ ധ്യാനോത്സവം

മാസം ആറ്

പ്രഭാതമനനവിഷയം

തനിയെ നാം പറക്കുന്നു

പ്രദോഷമനനവിഷയം

നിങ്ങളാകുന്നു ആകാശം

പ്രഭാതമനനം

നമ്മൾ ജാതരായിരിക്കുന്നത് അനന്തമായ ജ്ഞാനത്തോടു കൂടിയാണ്. എന്നാൽ വിജ്ഞാനം ശേഖരിച്ചുകൊണ്ട് നാം നമ്മുടെ ജ്ഞാനം നഷ്ടപ്പെടുത്തിക്കൊണ്ടേയിരിക്കുന്നു. വിജ്ഞാനം നിത്യസാധാരണവും നിസ്സാരവുമായ ചവറാണ്. തികച്ചും അർത്ഥശൂന്യമായവയ്ക്കു വേണ്ടി നാം അമൂല്യമായതിനെ നഷ്ടപ്പെടുത്തിക്കൊണ്ടേയിരിക്കുന്നു.

വിജ്ഞാനം എന്ന് വിളിക്കപ്പെടുന്നതിന്റെ കാര്യത്തിൽ വീണ്ടും അജ്ഞരായിത്തീരുക. അറിവിന്റെ ഭാരം സ്വയം ഇറക്കി വെയ്ക്കുക. പഠിച്ചുവെച്ച ആ അറിവെല്ലാം അപഠനം ചെയ്യുക, എല്ലാ അറിവുകളെയും അപഠനം ചെയ്തു കഴിയുന്ന നിമിഷം, ജ്ഞാനം നിങ്ങളിൽ ഉറവെടുത്തു വരാൻ തുടങ്ങുന്നു. അത് നിങ്ങളുടെ ആന്തരികപ്രകൃതമാണ്. അത് പഠിക്കേണ്ടതില്ല, അത് അന്വേഷിക്കപ്പെടേണ്ടതില്ല, അതുമന്വേഷിച്ച് നിങ്ങൾ പുറത്തെവിടെയും അലഞ്ഞു നടക്കേണ്ടതില്ല. അത് നിങ്ങളുടെ സത്തയുടെ ഏറ്റവും ആന്തരികമായ കാതലാകുന്നു.

ധ്യാനമെന്നാൽ ജ്ഞാനം നിങ്ങളിൽ വീണ്ടും സജീവമാകുവാനായി വിജ്ഞാനത്തെ അപഠനം ചെയ്യൽ എന്നർത്ഥമാക്കുന്നു.

പ്രദോഷമനനം

അത്യാവശ്യമായിട്ടുള്ള ഒരേയൊരു കാര്യം അവബോധമാകുന്നു. എന്നാൽ ആളുകൾ അനാവശ്യമായവയിൽ വ്യാപൃതരായിരിക്കുന്നു. അവർ അവശ്യമായതിനെക്കുറിച്ച് വിസ്മൃതരായിത്തീർന്നിരിക്കുന്നു, അനാവശ്യത്തിനുവേണ്ടി അവശ്യത്തെ വില്ക്കുവാൻ അവർ തയ്യാറാവുകയാണ്. അങ്ങനെയാണ് എല്ലാവരും അനാവശ്യത്തിനുവേണ്ടി തന്റെ ആത്മാവിനെ വിറ്റത്. അങ്ങനെയാണ് എല്ലാവരും ആത്മാവിനെ വിറ്റ് ആത്മാവില്ലാത്തവരായിത്തീർന്നിരിക്കുന്നത്.

പ്രഭാതമനനം

ഒരാൾക്ക് ഒരു വീട് ആവശ്യമാണ്, ആഹാരം ആവശ്യമാണ്, വസ്ത്രംആവശ്യമാണ്, പണം ആവശ്യമാണ്; ഈ കാര്യങ്ങൾക്കെല്ലാം അവൻ ശ്രദ്ധ കൊടുക്കേണ്ടതുണ്ട്. എങ്കിലും അവ അവന്റെ എല്ലാമെല്ലാം ആയിപ്പോകരുത്. ആന്തരിക പര്യവേക്ഷണത്തിന് അല്പ്പം സമയവും ഇടവും മാറ്റിവെയ്ക്കേണ്ടതുണ്ട്. അതിനെയാണ് ഞാൻ ധ്യാനമെന്ന് വിളിക്കുന്നത്: അവനവനോടൊപ്പം ഇരിക്കൽ. നിങ്ങൾ നിങ്ങളോടൊപ്പം തന്നെ വർത്തിക്കൽ, നിങ്ങളുടെ സ്വന്തം ആത്മനിഷ്ഠതയ്ക്ക് സുലഭ്യനായിരിക്കൽ. ആ സുലഭ്യത, ആ തുറന്നിരിക്കൽ, നിങ്ങളുടെ സ്വന്തം സത്തയ്ക്കുനേരെ മാത്രമല്ല, അസ്തിത്വത്തിന്റെ സത്തയ്ക്കുനേരെയും നിങ്ങളെ തുറന്നുവെയ്ക്കുന്നു.

ഈ ജീവിതമെന്നാലെന്തെന്ന് ഒരുവൻ അറിയാത്തിടത്തോളം അവൻ ജീവിക്കുന്നത് വൃഥാവിലാണ്. തന്നെ ചൂഴ്ന്നു നിൽക്കുന്ന ഈ സൗന്ദര്യത്തിന്റെയും പരമാനന്ദത്തിന്റെയും അതിഗംഭീരമായ നിഗൂഢത രുചിച്ചു നോക്കാത്തിടത്തോളം- അത് ഇപ്പോൾത്തന്നെ അവിടെയുണ്ട്, നിങ്ങൾ ഒരല്പ്പം കൂടി ജാഗരൂകനും സംവേദിയുമായിരിക്കുകയേ വേണ്ടൂ - അതു രുചിച്ചുനോക്കുന്നില്ലെങ്കിൽ ജീവിതം പൊള്ളയായിരിക്കും. ഒരുവൻ ജനിച്ചുകഴിഞ്ഞു, എന്നിട്ടും ജനിച്ചിട്ടുമില്ല; ഒരുവൻ ജീവിക്കുന്നു, എന്നിട്ടും മൃതനായിരിക്കുന്നു.

തന്നെത്തന്നെ കാണുന്നതിലൂടെ ഒരുവൻ പുതുതായി ജനിക്കുന്നു. തന്നെത്തന്നെ കണ്ടുമുട്ടുന്നത് ഒരു പുനർജനനമാണ്, യഥാർത്ഥജനനം. ഒരുവൻ ദ്വിജൻ -രണ്ടുതവണ ജനിച്ചവൻ- ആയിത്തീരുന്നു.

2

പ്രദോഷമനനം

മനുഷ്യൻ സ്വയം ഒരു ദീപമായിത്തീരേണ്ടതുണ്ട്. ഗ്രന്ഥങ്ങളിൽ നിന്ന് മാർഗ്ഗനിർദ്ദേശം ലഭിക്കുമെന്ന ആശയം മൊത്തം ഉപേക്ഷിക്കുക, കടംകൊണ്ട് അറിവ് നേടാമെന്ന ആശയം, ആദ്ധ്യാത്മികാന്വേഷണത്തിലെ ഏറ്റവും വലിയ വിഘാതങ്ങളിലൊന്നാണത്. പുറമെ നിന്ന് യാതൊന്നും ആവശ്യമില്ല. ആ യാത്രയിൽ ആവശ്യമായിട്ടുള്ളതെല്ലാം ദൈവം നിങ്ങൾക്ക് ലഭ്യമാക്കിയിട്ടുണ്ട്. നിങ്ങൾ കേവലം നിങ്ങളുടെ ഉള്ളിൽ അന്വേഷിക്കുകയേ വേണ്ടൂ. ആ വെളിച്ചം അവിടെയുണ്ട്. ശരിയും തെറ്റും തമ്മിൽ വേർതിരിച്ചറിയുവാൻ, വഴി തെറ്റിപ്പോകാതിരിക്കുവാൻ, സദാ അസ്തിത്വത്തിനു നേരെ നീങ്ങിക്കൊണ്ടിരിക്കാൻ നിങ്ങളെ സഹായിക്കുവാൻ നിങ്ങളുടെ സ്വന്തം ആന്തരിക വെളിച്ചത്തിനു മാത്രമേ സാധിക്കുകയുള്ളു. മറ്റുള്ളവരെ ആശ്രയിക്കുന്നവർ വെറുതെ തങ്ങളുടെ അവസരം പാഴാക്കുകയാണ്. ഞാനിവിടെ ശ്രമിച്ചുകൊണ്ടിരിക്കുന്നത് നിങ്ങൾക്ക് ചില സ്വഭാവശൈലികളോ, സ്വഭാവഘടനയോ, സമ്പ്രദായങ്ങളോ നിൽകിക്കൊണ്ട് നിങ്ങളെ ദിശ തിരിച്ചുവിടാനോ, അതിനുള്ള ചില നിർദ്ദേശങ്ങൾ നൽകുവാനോ അല്ല. മറിച്ച് നിങ്ങൾ തന്നെയായിരിക്കുവാൻ നിങ്ങളെ സഹായിക്കുവാനാണ്, അതിനുവേണ്ട മാർഗ്ഗനിർദ്ദേശം നൽകുവാനാണ് എന്റെ പരിശ്രമം.

പ്രഭാതമനനം

വിജ്ഞാനം പുറത്തു നിന്ന് ലഭ്യമാണ്. എന്നാൽ അറിയലിന് ഒരു ആന്തരികശുദ്ധീകരണം ആവശ്യമുണ്ട്. വിജ്ഞാനം അഥവാ അറിവ് വിവരശേഖരമാണ്. എന്നാൽ അറിയൽ നിങ്ങളുടെ ദർശനശേഷിയാകുന്നു, മനസ്സിലാക്കുവാനുള്ള ശേഷിയാകുന്നു. വിജ്ഞാനം ഒരിക്കലും ആരെയും പരിവർത്തിപ്പിക്കുന്നില്ല. അതിന് നിങ്ങളെ ഒരു വലിയ പണ്ഡിതനാക്കുവാൻ കഴിഞ്ഞേക്കും, എന്നാൽ ഒരു പണ്ഡിതനാവുകയെന്നാൽ വെറുമൊരു തത്തയായിരിക്കൽ മാത്രമാണ്. പണ്ഡിതൻ കേവലം ഉരുവിടുക മാത്രമാണ് ചെയ്യുന്നത്- അവനൊരു ഗ്രാമഫോൺ റെക്കോർഡാണ്, അതിൽ കൂടുതലൊന്നുമല്ല, അതിൽ കുറവുമല്ല. എന്നാൽ അറിയുന്നവൻ അറിയുന്നു, സ്വന്തം ആധികാരികതയിൽ അറിയുന്നു, അയാൾ വിശ്വസിക്കുകയല്ല, കാണുകയാണ് ചെയ്യുന്നത്. അയാൾ ക്രിസ്ത്യാനിയല്ല, ഒരു ക്രിസ്തുവാകുന്നു; അയാൾ ബൗദ്ധനല്ല, ഒരു ബുദ്ധനാകുന്നു.

ഓർത്തുകൊള്ളുക, അതിനു വേണ്ടി നിങ്ങളുടെ അവബോധത്തിൽ അടിസ്ഥാനപരമായ ഒരു മാറ്റം ആവശ്യമാണ്, തികച്ചും പുത്തനായ ഒരുതരം അവബോധം: ജാഗരൂകമായത്, ധ്യാനാത്മകമായ, പ്രേമപൂർണ്ണമായ ഒരവബോധം. പുതിയ അവബോധത്തിന്റെ ഈ മൂന്നു വിശിഷ്ടഗുണങ്ങളാണ് കാണുവാൻ നിങ്ങളെ പ്രാപ്തരാക്കുന്ന അടിസ്ഥാന ശിലകൾ. നിങ്ങൾ കൂടുതൽ വിവരശേഖരമുള്ളവനാവുകയില്ല, മറിച്ച് തികച്ചും പരിവർത്തിതനായിത്തീരുന്നു.

എന്റെ പ്രവർത്തനം നിങ്ങൾക്ക് വിവരശേഖരം നൽകുവാനല്ല, നിങ്ങളെ പരിവർത്തിപ്പിക്കുവാനാണ്. അതു തന്നെയാണ് സന്ന്യാസവും.

3

പ്രദോഷമനനം

സ്വപ്നങ്ങൾ സാക്ഷാത്കരിക്കുവാനാകും, എല്ലാ സ്വപ്നങ്ങളും സാക്ഷാത്കരിക്കുവാൻ കഴിയും. പരമമായ സ്വപ്നം, പരമാനന്ദപൂർണ്ണനാവുക എന്ന സ്വപ്നം, അത് ഏറെ അടുത്തു തന്നെയാണ്. ആളുകൾക്ക് അത് നഷ്ടമായിക്കൊണ്ടേയിരിക്കുന്നുവെന്നത് വിചിത്രമായിത്തോന്നുന്നു. അത് നിങ്ങൾക്ക് എത്തിപ്പിടിക്കാവുന്ന ഉയരത്തിൽ തന്നെയാണുള്ളത്, എല്ലാവർക്കും എത്തിപ്പിടിക്കാവുന്നത്. നിങ്ങൾ അതിനുവേണ്ടി ഒരല്പം തപ്പിത്തെരയണം. അപ്പോൾ അതവിടെയുണ്ട്.

എന്നാൽ ആളുകൾ ആ തെരച്ചിൽ നടത്തുന്നില്ല, അല്ലെങ്കിൽ അങ്ങനെ ചെയ്യുന്നുണ്ടെങ്കിൽത്തന്നെയും, അവർ തെറ്റായ ദിശയിലാണ് തെരയുന്നത്. അതിനാൽ ജീവിതം സഫലീകരിക്കപ്പെടാതെ അവശേഷിക്കുന്നു. സഫലീകരിക്കപ്പെടാത്ത ഒരു ജീവിതം നയിക്കുകയെന്നത് തീവ്രദുഃഖവുമാണ്, നരകമാണ്. നരകമെന്നാൽ അതാണ്. അത് എവിടെയോ ഉള്ള ഭൂമിശാസ്ത്രപരമായ ഒരു ഇടമല്ല. നിറവേറപ്പെടാതിരിക്കുന്നതിന്റെ മനശ്ശാസ്ത്രപരമായ ഒരു അവസ്ഥയാണത്. സാഫല്യമുണ്ടാകുമ്പോൾ അവിടെ സ്വർഗ്ഗമുണ്ട്.

പ്രഭാതമനനം

വിജ്ഞാനം ആയാസരഹിതവും വില കുറഞ്ഞതുമാണ്. ഒരുവന് അത് വേണ്ടത്ര സംഭരിക്കാനാവും, മറ്റുള്ളവരിൽ നിന്ന് അത് കടംകൊള്ളുവാനാകും. എന്നാൽ ജ്ഞാനം വിലയേറിയതാണ്, വളരെ വില പിടിച്ചത്. ഒരുവൻ അതിനു മഹത്തായ പരിശ്രമത്തിന്റെ, അവബോധത്തിന്റെ, ധ്യാനാത്മകതയുടെ വില കൊടുക്കേണ്ടതുണ്ട്. അത് ആർക്കുംതന്നെ നിങ്ങൾക്ക് നൽകുവാൻ കഴിയില്ല. ആർക്കും അത് നിങ്ങളിൽ നിന്ന് എടുത്തുമാറ്റുവാനും സാധ്യമല്ല. നിങ്ങളുടെ വൈയക്തികമായ പരിശ്രമം തന്നെയാണ് നിങ്ങളുടെ ജ്ഞാനത്തെ തീർത്തും പുറത്തു കൊണ്ടുവരുന്നത്.

അതവിടെയുണ്ട്, ഒരു വിത്തുപോലെ. എന്നാൽ ഒരു വിത്തു പോലെ മാത്രം. അത് നട്ടുനനച്ച് വളർത്തേണ്ടതുണ്ട്. അതിന് വളമിടുകയും പരിരക്ഷിക്കുകയും ചെയ്യേണ്ടതുണ്ട്– അതാണ് ധ്യാനം എന്നതുകൊണ്ട് ഉദ്ദേശിക്കുന്നത്. പതുക്കെ അത് വളരാൻ തുടങ്ങുന്നു. അപ്പോൾ നിങ്ങളൊരു റോസാച്ചെടിയായിത്തീരുകയും ധാരാളം പൂക്കൾ വന്നുനിറയുകയും ചെയ്യുന്നു. ആ പുഷ്പങ്ങൾ വിടരുകയും നിങ്ങളുടെ പരിമളം കാറ്റിൽ പ്രസരിക്കുകയും ചെയ്യുമ്പോൾ, അപ്പോൾ മഹത്തായ ആഹ്ലാദം. നിങ്ങളിൽ മാത്രമല്ല– നിങ്ങളോടൊപ്പം ഈ പ്രപഞ്ചം മുഴുവനും ആഹ്ലാദം കൊള്ളുന്നു.

എപ്പോഴെങ്കിലും ഒരു വ്യക്തി ബോധപ്രാപ്തനായിത്തീരുമ്പോൾ, ഈ അസ്തിത്വമാകെ ഒരടി മുന്നോട്ടു വെയ്ക്കുന്നു.

പ്രദോഷമനനം

നമ്മളെല്ലാം തലയ്ക്ക് അടിപ്പെട്ട് പോയിരിക്കുന്നു. അതു മാത്രമാണ് നമ്മുടെ പ്രശ്നം. അതിന് ഒരു പരിഹാരം മാത്രമേയുള്ളുതാനും: തലയിൽ നിന്ന് താഴേക്കിറങ്ങുക. ഹൃദയത്തിലേക്കിറങ്ങുക. അതോടെ എല്ലാ പ്രശ്നങ്ങളും അപ്രത്യക്ഷമാകുന്നു. തലയാൽ സൃഷ്ടിക്കപ്പെട്ടവയാണ് പ്രശ്നങ്ങൾ. അവിടെനിന്ന് താഴെയിറങ്ങുമ്പോൾ പെട്ടെന്ന് എല്ലാം വ്യക്തവും സുതാര്യവുമായിത്തീരുന്നു. താൻ നിരന്തരം പ്രശ്നങ്ങൾ കണ്ടുപിടിക്കുകയായിരുന്നുവല്ലോ എന്ന് ഒരാൾ അത്ഭുതപ്പെട്ടുപോകുന്നു. നിഗൂഢവിസ്മയങ്ങൾ അവശേഷിക്കും. എന്നാൽ പ്രശ്നങ്ങൾ അപ്രത്യക്ഷമാകുന്നു. വിസ്മയങ്ങൾ വളരെയുണ്ടാകും. എങ്കിലും പ്രശ്നങ്ങൾ സ്വയം ഇല്ലാതാകുന്നു. നിഗൂഢതകളും വിസ്മയങ്ങളും മനോഹരമാണ്, അവ പരിഹരിക്കപ്പെടേണ്ടവയല്ല. അവ അനുഭവിച്ചു തീർക്കുവാനുള്ളതാണ്.

പ്രഭാതമനനം

നമ്മളോരോരുത്തരും നമുക്കുള്ളിൽ അനന്തസുന്ദരമായ ഒരു നക്ഷത്രത്തെ വഹിക്കുന്നുണ്ട്. നമ്മൾ നക്ഷത്രങ്ങളാകുന്നു. നിശ്ചയമായും നമുക്കുചുറ്റും ഒരുപാട് പുകയും പൊടിപടലവുമുണ്ട്. അതിനാൽ ഒരുവൻ പുറത്തുനിന്ന് നോക്കുമ്പോൾ നക്ഷത്രത്തിന്റെ യാതൊന്നും കണ്ടെത്തുവാൻ കഴിയില്ല.

നിങ്ങളെ ചൂഴ്ന്നു നില്ക്കുന്ന ഈ കറുത്ത മേഘങ്ങൾക്കുള്ളിലൂടെ തുളച്ചു കയറുകയും നിത്യമായ പ്രകാശസാന്നിധ്യമുള്ള ഒരു ആനന്ദജ്വാലയായ, പരമാനന്ദത്തിന്റെ പരമമായ സൗന്ദര്യത്തിന്റെ ജ്വാലയായിട്ടുള്ള, ആ കേന്ദ്രത്തിലേക്ക് എത്തിച്ചേരുകയും ചെയ്യുക എന്നതാണ് ധ്യാനത്തിന്റെ ധർമ്മം. ഉള്ളിന്റെയുള്ളിലെ ആ ജ്വാലയുടെ അനുഭവമാണ് ദൈവികത എന്ന അനുഭവം.

ആ യാത്ര ദുർഘടമാണെങ്കിലും ആ ദുർഘട യാത്ര അതിനു അർഹതപ്പെടുന്നതുമാണ്. പ്രയാസം തുടക്കത്തിൽ മാത്രമേയുള്ളു. നിങ്ങൾ അജ്ഞാതത്തിന്റെ ആ ആനന്ദത്തോട് പരിചിതനായിത്തീരുന്നതോടെ, അജ്ഞാതത്തിന്റെ സ്വാതന്ത്ര്യം, അജ്ഞാതാനുഭവത്തിന്റെ ഹരം, പരിചിതമാകുന്നതോടെ പിന്നീടത് പ്രയാസകരമായിരിക്കുകയില്ല. പിന്നീട് അതിന്റെ ഓരോ നിമിഷവും അമൂല്യമായ സൗന്ദര്യത്തിന്റെ, അത്യപൂർവ്വമായ ആഹ്ലാദത്തിന്റെ, അങ്ങേയറ്റത്തെ ആനന്ദാതിരേകത്തിന്റെ നിമിഷങ്ങളാണ്. അത് അത്രമേൽ മഹനീയമായിരിക്കുന്നതിനാൽ ഏത് ദുർഘടത്തെയും തരണം ചെയ്യുവാൻ ഒരുവൻ സന്നദ്ധനാകുന്നു. അതിനുവേണ്ടി മരിക്കുവാൻ പോലും ഒരുവൻ സന്നദ്ധനായിരിക്കും, കാരണം ഇപ്പോൾ അവനറിയാം, മരണംപോലും ഒരു മരണമല്ല.

പ്രദോഷമനനം

വിഷാദവാനായി നിലനിൽക്കുന്നതിനുവേണ്ടിയാണ് നമ്മൾ ഇത്രയും കഠിനമായി പരിശ്രമിച്ചുകൊണ്ടിരിക്കുന്നത്. ആളുകൾക്കത് മനസ്സിലാകുന്നില്ല. അത് മനസ്സിലാകുമ്പോൾ ഇത്രയും കാലം തങ്ങളോടും തന്നെ ചെയ്തുകൊണ്ടിരുന്ന മുഴുവൻ മണ്ടത്തരങ്ങളെയുംകുറിച്ചോർത്ത് അവർക്ക് സ്വയം പരിഹാസം തോന്നും. സാധ്യമായ എല്ലാ രീതിയിലും ദുഃഖം സൃഷ്ടിക്കുന്നതിനു വേണ്ടി അവർ യഥാർത്ഥത്തിൽ വളരെ വലിയ പ്രവർത്തനമാണ് നടത്തുന്നത്. അതിനുള്ള ഒരവസരവും അവർ ഒഴിവാക്കുന്നില്ല. തങ്ങളെ സ്വയം ദുഃഖിതരാക്കുവാൻ കഴിയുന്ന ഏത് കാര്യത്തിന്മേലും അവർ ചാടി വീഴുന്നു.

ഈ സമീപനം മാറ്റേണ്ടതുണ്ട്. ജീവിതം രണ്ടിനുമുള്ള അവസരം നിങ്ങൾക്കു നല്കുന്നുണ്ട്; അത് നിങ്ങൾക്ക് രാവിനെയും പകലിനെയും നൽകുന്നു, മുള്ളും പൂവും നൽകുന്നു- അത് രണ്ടവസരങ്ങളും നിങ്ങൾക്ക് നൽകുന്നു. അങ്ങേയറ്റം സമാസമം, എപ്പോഴും അമ്പത്-അമ്പത്; നിങ്ങൾ എന്ത് തെരഞ്ഞെടുക്കുമെന്നത് നിങ്ങളെ ആശ്രയിച്ചിരിക്കുന്നു. അത്ഭുതമെന്തെന്നാൽ, മുള്ളുകളാണ് നിങ്ങൾ തെരഞ്ഞെടുക്കുന്നതെങ്കിൽ, അധികം താമസിയാതെ പൂക്കളില്ലെന്ന് നിങ്ങൾക്ക് തോന്നുന്നു. കാരണം നിങ്ങളുടെ മനസ്സ് മുള്ളുകളുമായി മാത്രം ശീലപ്പെട്ടുപോകുന്നു. മുള്ളുകളെ കാണുവാൻ മാത്രമേ നിങ്ങൾക്ക് കഴിവുണ്ടാകൂ, പൂക്കൾ നിങ്ങളുടെ കണ്ണിൽപ്പെടുകയില്ല. അവയെ നിങ്ങളുടെ കണ്ണുകൾ തഴയുന്നു. പൂക്കളെ തെരഞ്ഞെടുക്കുന്ന വ്യക്തിക്കും ഇതുതന്നെ സംഭവിക്കുന്നു: അയാൾ മുള്ളുകളെ മറക്കുവാൻ തുടങ്ങുന്നു, അയാളവയെ ശ്രദ്ധിക്കുന്നില്ല.

അയാളുടെ സമീപനം അത്രയും ധനാത്മകവും സ്വാഗതാർഹവുമായിത്തീരുന്നതിനാൽ അയാളുടെ കണക്കുകൂട്ടലാകെ വ്യത്യസ്തമായിത്തീരുന്നു.

6

പ്രഭാതമനനം

പ്രേമത്തിന് മഹത്തായ ധൈര്യം ആവശ്യമാണ്, വാസ്തവത്തിൽ പ്രേമത്തേക്കാളേറെ ധൈര്യം ആവശ്യമുള്ള മറ്റൊന്നില്ല. കാരണം പ്രേമത്തിന്റെ അവശ്യമായ ആവശ്യം, ഒരു അഹംബോധമെന്ന നിലയിൽ സ്വയം മരിക്കുക എന്നതാണ്. നിങ്ങളുടെ അഹംബോധം അലിയിച്ചുകളയുമ്പോൾ മാത്രമേ നിങ്ങളിൽ പ്രേമം പ്രവഹിക്കുവാൻ തുടങ്ങുകയുള്ളു. അഹംബോധമാണ് തടസ്സം. അതൊഴിവാക്കുവാൻ തന്റേടം ആവശ്യമുണ്ട്. കാരണം ഒരുവൻ അള്ളിപ്പിടിക്കുന്നു, താൻ അഹംബോധമല്ലാതെ മറ്റൊന്നുമല്ലെന്ന് അയാൾ കരുതുന്നു. അതിനാൽ വലിയ ഭയം അനുഭവപ്പെടുന്നു: "ഞാൻ എന്റെ അഹംബോധത്തെ ഉപേക്ഷിക്കുകയാണെങ്കിൽ എന്തായിരിക്കും എനിക്ക് സംഭവിക്കുക? എനിക്ക് എന്റെ സ്വത്വം നഷ്ടപ്പെടും."

അതെ, നിങ്ങൾക്ക് നിങ്ങളുടെ സ്വത്വം നഷ്ടപ്പെടുന്ന ഒരു സമയമുണ്ടായിരിക്കും- ആ പഴയ സ്വത്വം, ആ കപടമായ സ്വത്വം, നിങ്ങൾ ആരെന്നറിയുവാൻ കഴിയാത്ത ഒരു ഇടവേള, അതിനുശേഷം ശരിയായ സ്വത്വം പരിണമിച്ച് വരികയും ചെയ്യുന്നു.

സെൻ പറയുന്നു: "ധ്യാനിക്കുന്നതിന് മുൻപ്, പുഴകൾ പുഴകളായിരുന്നു, പർവ്വതങ്ങൾ പർവ്വതങ്ങളും; നിങ്ങൾ ധ്യാനിക്കുമ്പോൾ പിന്നെ പുഴകൾ പുഴകളല്ല, പർവ്വതങ്ങൽ പർവ്വതങ്ങളുമല്ല; ധ്യാനം പൂർണ്ണമാകുമ്പോഴാകട്ടെ, നിങ്ങളത് സാക്ഷാത്കരിച്ചു കഴിയുമ്പോഴാകട്ടെ, പുഴകൾ വീണ്ടും പുഴകളാകുന്നു, പർവ്വതങ്ങൾ വീണ്ടും പർവ്വതങ്ങളാകുന്നു."

രണ്ടിനുമിടയിൽ ഒരു ഇടവേളയുണ്ട്- പഴയതിന്റെ വിട്ടുപോകലും പുതിയതിന്റെ വന്നുചേരലും തമ്മിലുള്ള വിടവ്. ഇത് ഒരല്പ്പം ക്രമരാഹിത്യമാണ്;

അതിനാൽ ആ ദിനങ്ങളിൽ നിങ്ങളെ സഹായിക്കുവാനായി ഒരു ഗുരുവിന്റെ ആവശ്യമുണ്ട്. നിങ്ങളുടെ കൈ പിടിച്ചുകൊണ്ട്, നിങ്ങളെ പ്രോത്സാഹിപ്പിച്ചുകൊണ്ട്, ''ഭയാലുവാകാതെ, പ്രഭാതം അതി വിദൂരമല്ല, പിന്തിരിയരുത്, മുന്നോട്ട് തന്നെ നോക്കുക.... കാരണം പിന്നിലേക്ക് ഒരു പോക്കില്ല; ജീവിതം പിറകോട്ട് പോകുന്നില്ല; അതെപ്പോഴും ഒരു മുന്നോട്ടുള്ള നീക്കമാകുന്നു'' എന്ന് നിങ്ങളോട് പറയുവാൻ ഒരു ഗുരു ആവശ്യമാണ്.

ബുദ്ധൻ പറയുന്നു, ചരൈവേതി, ചരൈവേതി: മുന്നോട്ട് പൊയ്ക്കൊണ്ടിരിക്കുക മുന്നോട്ട്, പൊയ്ക്കൊണ്ടിരിക്കുക- യാതൊരു കാമനയും അവശേഷിച്ചിട്ടില്ലാത്ത ആ ബിന്ദുവിൽ എത്തിച്ചേരുന്നതുവരെ മുന്നോട്ടു തന്നെ പോവുക. ആ ബിന്ദു- അതാണ് സാഫല്യത്തിന്റെ മുഹൂർത്തം, പരമാനന്ദത്തിന്റെ, സുകൃതത്തിന്റെ മുഹൂർത്തം. ഏത് കവാടത്തിലൂടെ വേണമെങ്കിലും അവിടെ എത്തിച്ചേരാം.... സമാധാനത്തിലൂടെ എത്തിച്ചേരാൻ നിങ്ങൾക്ക് ശ്രമിക്കാവുന്നതാണ്, പരമാനന്ദം വന്നുചേരും, പ്രേമം വന്നുചേരും, കരുണ വന്നുചേരും. മറ്റുമനുഷ്യരെക്കുറിച്ചുള്ള അതിമഹത്തായ ഒരു ധാരണയും; മഹത്തായ ഒരു എളിമ, ക്ഷമിക്കുവാനും പൊറുക്കുവാനുമുള്ള ഒരു സന്നദ്ധത, എളിയവനെന്ന ഒരു ഭാവം, അഹംബോധരാഹിത്യം, സത്യസന്ധത, ആത്മാർത്ഥത, ആധികാരികത ഇവയെല്ലാം വന്നുചേരും, പുഷ്പീകരിക്കും.

പ്രദോഷമനനം

ഏതെങ്കിലും ഒരു ദിശയിൽ നിന്നുകൊണ്ടു എത്തിച്ചേരുക. പ്രേമത്തിൽ നിന്ന് അല്ലെങ്കിൽ കരുണയിൽ നിന്ന് എത്തിച്ചേരാൻ ശ്രമിക്കുക. ഏതു ദിശ എന്നുള്ളതൊന്നും കാര്യമല്ല; ദൈവത്തിന്റെ മന്ദിരത്തിലേക്ക് പല കവാടങ്ങളുമുണ്ട്. എന്നാൽ എല്ലാ കവാടത്തിലും അത് തുറക്കുവാനായി ഒരേ താക്കോൽ തന്നെ നിങ്ങൾക്ക് ആവശ്യമായിവരും- ആ താക്കോൽ ധ്യാനമാകുന്നു, അവബോധമാകുന്നു.

യേശുവും ബുദ്ധനും കൃഷ്ണനും മുഹമ്മദും ലാവോത്സുവും സരതുഷ്ട്രനും എല്ലാം ആ ഒരു ബിന്ദുവിൽ അന്യോന്യം കണ്ടുമുട്ടുന്നു. കവാടങ്ങൾ വ്യത്യസ്തങ്ങളായിരുന്നു. എന്നാൽ അകത്തേക്ക് കടക്കവെ പൊടുന്നനെ അവരറിയുന്നു, എല്ലാ കവാടങ്ങളും ശരിയാണ് എന്ന്. അത്ഭുതമെന്തെന്നാൽ, അവരെല്ലാവരും ഒരേ താക്കോൽ തന്നെയാണ് ഉപയോഗിച്ചിരുന്നത്. വാതിലുകൾ വ്യത്യസ്തങ്ങളായിരുന്നു. പൂട്ടുകളുടെ ആകൃതികൾ വ്യത്യസ്തങ്ങളായിരുന്നു, അവയുടെ ദിശകൾ വ്യത്യസ്തങ്ങളായിരുന്നു. എന്നാൽ അവർ ഉപയോഗിച്ചുകൊണ്ടിരുന്നത് ഒരേ താക്കോൽ തന്നെയായിരുന്നു.

യേശു തന്റെ ശിഷ്യരോട് വീണ്ടും വീണ്ടും പറയുന്നു. 'കരുതിയിരിക്കുക' (Beware!). 'Beware' എന്നാൽ 'be aware', ബോധവാനായി വർത്തിക്കുക എന്നർത്ഥം. ബുദ്ധൻ തന്റെ ശിഷ്യരോട് നിരന്തരം പറഞ്ഞുകൊണ്ടിരിക്കുന്നു, രാവുംപകലും, വർഷം മുഴുവനും... നാല്പ്പത്തിരണ്ട് വർഷത്തോളം അദ്ദേഹം ഒരൊറ്റ വാക്കു തന്നെ പഠിപ്പിച്ചുകൊണ്ടിരുന്നു: 'സമ്യക്: ശരിയായ ശ്രദ്ധ', അവബോധത്തിന്റെ മറ്റൊരു പേര്. കൃഷ്ണമൂർത്തി അതിനെ ലളിതമായി 'അവബോധം' എന്നു വിളിക്കുന്നു. ഗുർജ്ജീഫ് അതിനെ

'സ്വയം സ്മരിക്കൽ' എന്നു വിളിച്ചിരുന്നു. ഇത് ഒരു സൂഫി പദമാണ്. കബീർ കേവലം 'സ്മൃതി' അഥവാ സ്മരണ എന്നാണതിനെ വിളിച്ചത്. സ്വയം -സ്മരണ എന്ന് പറയേണ്ട ആവശ്യമില്ല, കാരണം നിങ്ങൾ സ്മരണയുടെ ഒരു അവസ്ഥയിൽ എത്തിയാൽ അത് സ്വാഭാവികമായും സ്വത്വത്തെക്കുറിച്ചുള്ള, കേന്ദ്രത്തെക്കുറിച്ചുള്ള സ്മരണയായിരിക്കും. വിഭിന്നങ്ങളായ വാക്കുകളാണെങ്കിലും അവയെല്ലാം ഒരേ താക്കോലിനെ സൂചിപ്പിക്കുവാനാണ് ഉപയോഗിക്കപ്പെടുന്നത്.

7

പ്രഭാതമനനം

പ്രേമനിർഭരനായിരിക്കൽ തന്നെയാണ് മതാത്മകനായി വർത്തിക്കൽ. അസ്തിത്വവുമായി യഥാർത്ഥപ്രേമത്തിൽ വർത്തിക്കൽ തന്നെയാണ് പ്രാർത്ഥനയിൽ വർത്തിക്കൽ. ഒരുവൻ തന്റെ പ്രേമത്തിന്റെ വൈശിഷ്ട്യം വർദ്ധിപ്പിച്ചുകൊണ്ടേയിരിക്കണം. ഒരുവൻ അതിനെ കൂടുതൽ കൂടുതൽ നിരുപാധികമാക്കിത്തീർത്തുകൊണ്ടിരിക്കണം, അപ്രചോദിതമാക്കിക്കൊണ്ടിരിക്കണം, യാതൊന്നും ആവശ്യപ്പെടാത്തത്, അപ്രചോദിതം, ആധിപത്യമോഹമില്ലാത്തത്. അഹംബോധപരമല്ലാത്തത് ആക്കിത്തീർത്തുകൊണ്ടിരിക്കണം. നിങ്ങളുടെ പ്രേമം പരിപൂർണമായും പരിശുദ്ധമായിത്തീരുമ്പോൾ നിങ്ങൾ ദൈവത്തിൽ എത്തിച്ചേർന്നിരിക്കുന്നു. അതിനപ്പുറം ഒന്നമില്ല. ജീവിതത്തിന്റെ പരമമായ പരിപൂർണതയിൽ നിങ്ങൾ എത്തിച്ചേർന്നിരിക്കുന്നു. പ്രേമം തന്നെയാണ് സാരാംശം, അതിനാൽ അതായിരിക്കട്ടെ നിങ്ങളുടെ പാത.

പ്രദോഷമനനം

തന്നെക്കുറിച്ച് സ്വയം അബോധവാനായിരിക്കുന്ന മനുഷ്യൻ ഒരു യാചകനാകുന്നു. അവനവനെക്കുറിച്ച് ബോധവാനായിരിക്കുന്ന മനുഷ്യനെയാണ് ഏറ്റവും മഹാനായ ചക്രവർത്തി എന്നു വിളിക്കുവാൻ സാധിക്കുക. കാരണം നിങ്ങൾ നിങ്ങളെക്കുറിച്ച് ബോധവാനായിത്തീരുന്ന നിമിഷം ദൈവരാജ്യം മുഴുവനും നിങ്ങളുടേതാകുന്നു. അത് ഇപ്പോൾത്തന്നെ നിങ്ങൾക്ക് നൽകപ്പെട്ടു കഴിഞ്ഞിരിക്കുന്നു. നിങ്ങൾ ഉറക്കത്തിലാണെന്ന് മാത്രം. അതവിടെയുണ്ട്. എന്നാൽ നിങ്ങൾ അതിലേക്ക് നോക്കുന്നില്ല. നിങ്ങളുടെ കണ്ണുകൾ ബാഹ്യത്തിൽ കേന്ദ്രീകൃതമായിരിക്കുന്നു.

പ്രഭാതമനനം

പ്രേമം- ആ ഒരൊറ്റ വാക്കിൽ ജീവിതത്തിൽ നേടാൻ യോഗ്യമായിട്ടുള്ള, സ്വന്തമാക്കുവാൻ യോഗ്യമായിട്ടുള്ള എല്ലാം അടങ്ങിയിരിക്കുന്നു. ഒരുവന് ദൈവത്തെ മറന്നു കളയാം, യാതൊന്നും നഷ്ടപ്പെടുന്നില്ല. എന്നാൽ പ്രേമത്തെ മറക്കുകയാണെങ്കിൽ, അവന് എല്ലാം നഷ്ടമായിക്കഴിഞ്ഞു. പ്രേമം ഉണ്ടെങ്കിൽ, ദൈവം സംഭവിക്കാതെ തരമില്ല. കാരണം പ്രേമമെന്ന അനുഭവത്തിന്റെ പരമോന്നതശൃംഗമാണ് ദൈവം. പ്രേമത്തെ കൂടാതെ ദൈവംപോലും അസാധ്യമാണ്; പ്രേമത്തെക്കൂടാതെ യാതൊന്നും സാധ്യമല്ല: ഒരു പരമാനന്ദവും, ഒരു സത്യവും, ഒരു സുകൃതവും, ഒരു സ്വാതന്ത്ര്യവും സാധ്യമല്ല. പ്രേമം അമൃതമാകുന്നു: അത് അനശ്വര ജീവിതത്തിന്റെ അനുഭവം നിങ്ങൾക്ക് നൽകുന്നു. കാലത്തിനും കാലാതീതത്തിനുമിടയ്ക്കുള്ള പാലമാകുന്നു പ്രേമം.

പ്രദോഷമനനം

നിങ്ങൾ മൃതനായിരിക്കുവാനാണ്, സജീവനായിരിക്കുവാനല്ല വാസ്തവത്തിൽ സമൂഹം ആഗ്രഹിക്കുന്നത്. എങ്ങനെ നിങ്ങളെ കൊല്ലുവാനും കാര്യക്ഷമമായ ഒരു യന്ത്രസാമഗ്രിയായി ഉപയോഗിക്കുവാനും കഴിയും എന്നതാണ് മുഴുവൻ പരിശ്രമവും. സമൂഹം അതിൽ വിജയിക്കുകയും ചെയ്തിട്ടുണ്ട്: അത് സജീവതയെ നശിപ്പിക്കുകയും, യാന്ത്രികമായ കാര്യക്ഷമതയെ അതിനുപകരം വെക്കുകയും ചെയ്തിരിക്കുന്നു. ജീവിതത്തെ ബലികൊടുത്തും സംരക്ഷണം എന്നതാണ് അതിന്റെ മുഴുവൻ താല്പര്യവും. മനുഷ്യവളർച്ചയേക്കാളേറെ കമ്പോളചരക്കുകളിലാണ് അതിന്റെ താല്പര്യം. അതിനാൽ സമൂഹം ആളുകളെ ശാന്തരായിരിക്കുവാൻ, അനുസരണയുള്ളവരായിരിക്കുവാൻ, ശല്യമുണ്ടാക്കാതിരിക്കുവാൻ ഉപദേശിച്ചുകൊണ്ടിരിക്കുന്നു. സമാധാനം എന്നത് ദൈവികമായ, പരമമായ മൂല്യമുള്ള എന്തോ ഒന്നാണെന്നപോലെ, അത്തരമൊരു സമാധാനത്തെ അത് സ്തുതിച്ചുകൊണ്ടിരിക്കുന്നു.

പക്ഷെ ഈ രീതിയിൽ ഒരുവൻ സമാധാനപൂർണനായിത്തീരണമെങ്കിൽ അവൻ മന്ദബുദ്ധിയായിരുന്നാൽ മാത്രമേ സാധിക്കൂ; യാതൊന്നിനും കൊള്ളരുതാത്ത അത്തരമൊരു മൃതമായ സമാധാനത്തിനുവേണ്ടി താൻ നൽകിക്കൊണ്ടിരിക്കുന്ന വിലയെന്താണെന്ന് കാണുവാനുള്ള കഴിവ് ഒരുവനില്ലെങ്കിൽ മാത്രം. അവന് തന്റെ സ്വാതന്ത്ര്യം നഷ്ടമായിക്കൊണ്ടിരിക്കുന്നു, അവന്റെ ധൈഷണികത, അവന്റെ ആഹ്ലാദം, അവന്റെ പ്രേമം, സാഹസികത എന്ന അവന്റെ മഹനീയ ഗുണവിശേഷം, ഇവയെല്ലാം അവന് നഷ്ടമായിക്കൊണ്ടിരിക്കുന്നു. അവന്റെ

മുഴുവൻ സത്തയും നഷ്ടമായിക്കൊണ്ടിരിക്കുന്നു. അവൻ ആ ചക്രത്തിലെ സൗകര്യപ്രദമായ വെറുമൊരു ആരക്കാൽ മാത്രമായിരിക്കുന്നു, എടുത്തുമാറ്റാവുന്ന ഒരു 'പാർട്ട്' മാത്രം. അ മരിച്ചുപോയാൽ 'ആ'യെ അവന് പകരം വെയ്ക്കാം, 'ആ' മരിച്ചുപോയാൽ 'ഇ'യെയോ 'ഉ'യെയോ അവന് പകരം വെയ്ക്കാം. കാരണം അവരൊന്നും വ്യക്തികളായിരുന്നില്ല, വെറും പ്രായോഗികപ്രവർത്തകർ മാത്രം. എല്ലാ മതങ്ങളും ഇതിനുവേണ്ടി ശ്രമിച്ചിട്ടുണ്ട്. പുരോഹിതന്മാരും രാഷ്ട്രീയക്കാരും തമ്മിൽ മാനവികതയെ നശിപ്പിക്കുവാനായി ഒരു വമ്പൻ ഗൂഢാലോചന നടന്നുകൊണ്ടിരിക്കുന്നു.

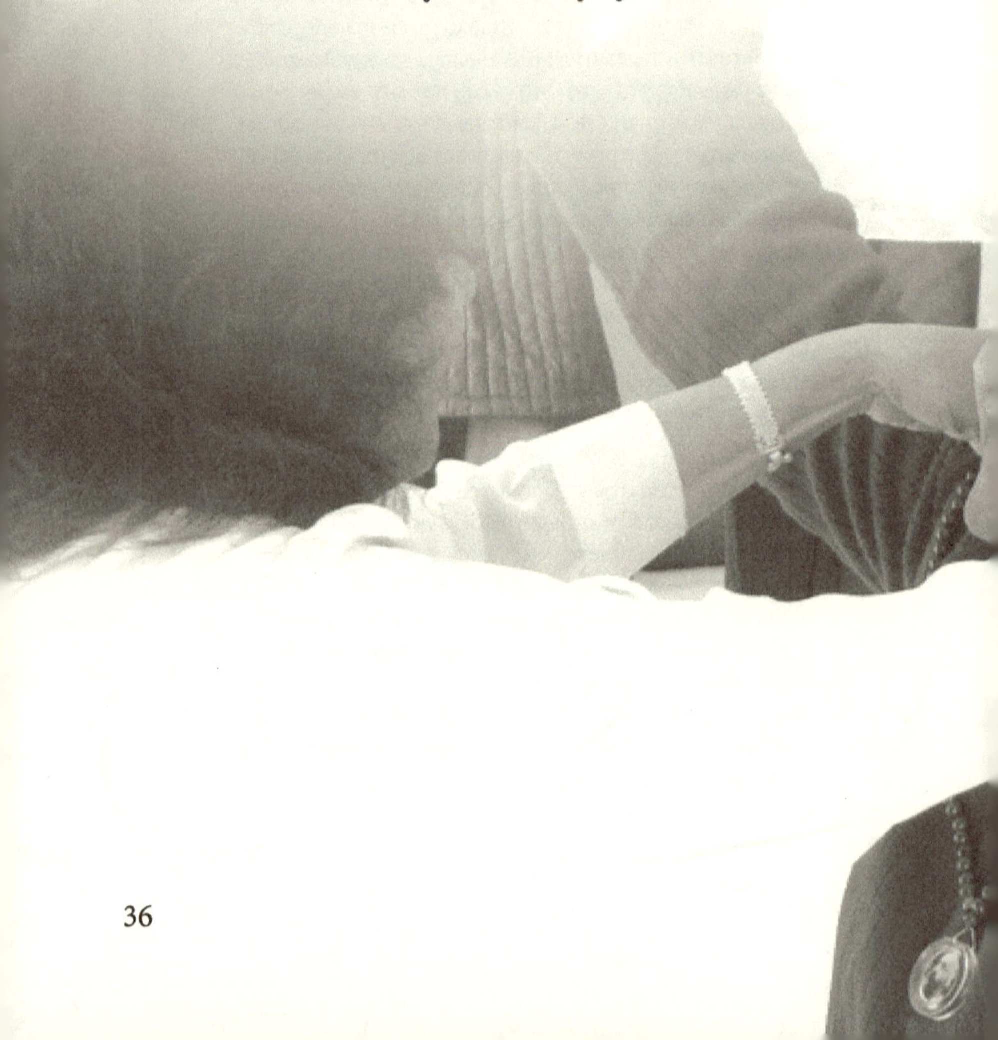

9

പ്രഭാതമനനം

നിങ്ങൾ പ്രേമമാണെന്നോർക്കുക. സമൂഹം എല്ലാവരെയും മറക്കുവാൻ പ്രേരിപ്പിക്കുന്നു. നിങ്ങൾ പ്രേമമാണെന്ന് ഓർക്കുവാൻ നിങ്ങളെ അനുവദിക്കാത്ത എല്ലാ അനുശീലനങ്ങളും സമൂഹം സൃഷ്ടിക്കുന്നു.

പ്രേമം എവിടെയുണ്ടോ, അവിടെ ദൈവമുണ്ട്. ദൈവസാന്നിധ്യത്തിന്റെ പരിമളമാണ് പ്രേമം. അതുകൊണ്ട് അക്കാര്യം ഓർക്കുക, നിങ്ങളുടെ യാഥാർത്ഥ്യത്തെ ഓർക്കുന്നതിൽ നിന്ന് നിങ്ങളെ തടയുന്നതിനായി സമൂഹം നിങ്ങളിൽ സൃഷ്ടിച്ചിട്ടുള്ള എല്ലാറ്റിനെയും നശിപ്പിക്കുകയും ചെയ്യുക. നമ്മൾ പ്രേമത്താൽ നിർമ്മിതമായിരിക്കുന്നു, നമ്മൾ പ്രേമത്തിന് വേണ്ടി നിർമ്മിതമായിരിക്കുകയും ചെയ്യുന്നു.

9

പ്രദോഷമനനം

നമ്മൾ എത്ര അമൂല്യമാണെന്ന കാര്യം നമുക്കറിയില്ല. നാം നമ്മോടൊപ്പം സംവഹിക്കുന്ന അമൂല്യമായ നിധിയെക്കുറിച്ച് നാം ബോധവാന്മാരല്ല. അതിനെക്കുറിച്ച് ബോധവാനല്ലാത്തതുമൂലം നമ്മൾ കൊച്ചു കാര്യങ്ങളെ ആഗ്രഹിച്ചുകൊണ്ടേയിരിക്കുന്നു, നിത്യസാധാരണമായ നിസ്സാരകാര്യങ്ങളെ ച്ചൊല്ലി വഴക്കടിച്ചുകൊണ്ടേയിരിക്കുന്നു, എന്തെങ്കിലുമൊരു നിസ്സാര കാര്യത്തിനായി മത്സരിക്കുകയും പോരടിക്കുകയും ചെയ്തുകൊണ്ടിരിക്കുന്നു.

നിങ്ങളുടെ സ്വന്തം ആന്തരിക സൗന്ദര്യത്തെക്കുറിച്ച് ബോധവാനായിത്തീരുന്ന നിമിഷം ബാഹ്യമായ ഈ പോരാട്ടങ്ങളെല്ലാം അപ്രത്യക്ഷമാകുന്നു, ജീവിതം ശാന്തവും ശീതളവുമായിത്തീരുന്നു. ജീവിതത്തിന് ഒരു കാന്തി വന്നുചേരുന്നു. ഒരുവൻ പിന്നീട് അനാവശ്യകാര്യങ്ങളിൽ തല്പരനാവുന്നില്ല.

പ്രഭാതമനനം

മനുഷ്യൻ ജീവിക്കുന്നത് ഒരു അരക്ഷിതാവസ്ഥ യിലാണ്. ഒരു ജനക്കൂട്ടത്തെപ്പോലെയാണ് അവൻ ജീവിക്കുന്നത്. നിങ്ങളുടെ ഉള്ളിൽ ഒരാളല്ല, അനേകം ആളുകളുണ്ട്, അവരെല്ലാം അന്യോന്യം ശണ്ഠ കൂടുകയും പോരടിക്കുകയും ചെയ്തുകൊണ്ടിരിക്കുന്നു; അവർ ഓരോരുത്തരും താനാണ് യജമാനൻ എന്ന് നടിക്കുന്നു. എല്ലാം ശകലങ്ങളാണ്; ഓരോ ശകലവും അതിന്റേതായ വഴിക്ക് പോകുവാൻ ശ്രമിക്കുന്നു; രണ്ട് ശകലങ്ങൾ ഒരിക്കലും ഒരുതരത്തിലും യോജിക്കുന്നുമില്ല. മനുഷ്യന് ഒരു ഉദ്ഗ്രഥനം ആവശ്യമുണ്ട്. ഈ ശകലങ്ങളുടെയെല്ലാം ഒരു സമ്പൂർണ്ണത യിലേക്കുള്ള, ഒരു സ്വരച്ചേർച്ചയിലേക്കുള്ള ഉദ്ഗ്രഥനം.

നിങ്ങൾ ഘനീഭവിച്ചു കഴിയുമ്പോൾ, ഒന്നായി ത്തീരുമ്പോൾ, ഛിന്നഭിന്നമായി വേർപ്പെട്ടുകൊണ്ടിരിക്കുന്ന ഈ ശകലങ്ങളെല്ലാം ഉരുകി ഒരു ഏകത യിലേക്ക് ഒരുമിച്ച് ചേരുമ്പോൾ അതിഗംഭീരമായ ഒരു ആനന്ദം ഉയർന്നുവരുന്നു. എന്തുകൊണ്ടെന്നാൽ സംഘട്ടനങ്ങളെല്ലാം പോയ് മറഞ്ഞു. അങ്ങനെ സംഘട്ടനം പൊയ്മറയുമ്പോൾ ആഘോഷം ആരംഭിക്കുന്നു.

ധ്യാനസങ്കേതങ്ങളെല്ലാം രൂപപ്പെടുത്തിയിരിക്കുന്നത് ശണ്ഠകൂടിക്കൊണ്ടിരിക്കുന്ന നിങ്ങളുടെ ശകലങ്ങളെ അന്യോന്യം അടുപ്പിച്ചു കൊണ്ടുവരുവാൻ, അവയെ ഒരു സൗഹൃദത്തിൽ, ഒരു സ്വരച്ചേർച്ചയിൽ, ഒരു പൊരുത്തത്തിൽ ഏകോപിപ്പിക്കുവാൻ ഉതകുന്ന ഒരു രീതിയിലാണ്.

പ്രദോഷമനനം

അവബോധമാണ് രാസവിദ്യാകാരന്മാർ അന്വേഷിച്ചുകൊണ്ടിരുന്നത്: ആ അമൃതം, ആ മധു, ഒരുവനെ അമരനായിത്തീരുവാൻ സഹായിക്കുന്ന ആ മാന്ത്രികസൂത്രവാക്യം.

വാസ്തവത്തിൽ എല്ലാവരും അമരന്മാരാണ്. എന്നാൽ നാം ജീവിക്കുന്നത് ഒരു മർത്യശരീരത്തിലാണ്, നാം ശരീരത്തോട് അത്രമാത്രം അടുത്തിരിക്കുന്നതിനാൽ ഈ താദാത്മ്യം ഉയർന്നുവരുന്നു. ശരീരത്തെ വ്യതിരിക്തമായി കാണുന്നതിനുള്ള അകലം അവിടെയില്ല. ശരീരത്തിൽ അത്രമാത്രം ഇഴുകിച്ചേർന്നിരിക്കുന്നതിനാൽ, ശരീരത്തിൽ വേരുറച്ചിരിക്കുന്നതിനാൽ, നാം ശരീരമാണെന്ന് നമുക്ക് തോന്നിത്തുടങ്ങുന്നു- അപ്പോൾ ആ പ്രശ്നവും ഉയർന്നുവരുന്നു. നാം മരണത്തെ ഭയന്നു തുടങ്ങുന്നു. അപ്പോൾ എല്ലാ ഭയങ്ങളും, എല്ലാ ദുഃസ്വപ്നങ്ങളും ഉണർന്നുവരുന്നു. അവബോധം നിങ്ങളും നിങ്ങളുടെ ശരീരവും തമ്മിലുള്ള അകലം സൃഷ്ടിക്കുന്നു. അത് നിങ്ങളുടെ ശരീരത്തെക്കുറിച്ചും, മനസ്സിനെക്കുറിച്ചും, രണ്ടിനും സാക്ഷിയായിരിക്കുവാൻ നിങ്ങളെ പ്രാപ്തനാക്കുന്നു. എന്തെന്നാൽ ശരീരവും മനസ്സും വ്യതിരിക്തങ്ങളല്ല. ശരീരമനസ്സ് എന്നത് ഒരൊറ്റ സ്വത്വമാണ്, മനസ്സ് ശരീരത്തിന്റെ അകം ആകുന്നു. ശരീരമനസ്സിനെക്കുറിച്ച് നിങ്ങൾ ബോധവാനായിത്തീരുമ്പോൾ ഉടനെ നിങ്ങളറിയുന്നു, നിങ്ങൾ രണ്ടിൽ നിന്നും വ്യതിരിക്തനാണെന്ന്; അങ്ങനെ ആ അകലം സംഭവിക്കാൻ തുടങ്ങുന്നു. അപ്പോൾ നിങ്ങളറിയുന്നു, നിങ്ങൾ അമരനാണെന്ന്, നിങ്ങൾ കാലത്തിന്റെ ഭാഗമല്ലെന്ന്, നിങ്ങൾ നിത്യതയുടെ ഭാഗമാണെന്ന്. നിങ്ങൾക്ക് ജനനമില്ലെന്നും അതുപോലെ തന്നെ മരണമില്ലെന്നും നിങ്ങളറിയുന്നു. നിങ്ങൾ എന്നും

ഇവിടെ ഉണ്ടായിരുന്നു, എന്നും ഉണ്ടായിരിക്കുകയും ചെയ്യും എന്ന് നിങ്ങളറിയുന്നു. നിങ്ങൾ പല ശരീരങ്ങളിലായിരുന്നു. കാരണം നിങ്ങൾക്ക് വളരെയധികം കാമനകളുണ്ടായിരുന്നു.

ഓരോ കാമനയും നിങ്ങളെ ശരീരത്തിലേക്ക് തിരിച്ചു കൊണ്ടുവരുന്നു. കാരണം ശരീരത്തെ കൂടാതെ ഒരു കാമനയും നിറവേറപ്പെടാൻ സാധ്യമല്ല. ഒരാൾ ആഹാരത്തോട് അമിതമായ താൽപര്യമുള്ളവനാണെങ്കിൽ അയാൾക്ക് ഒരു ശരീരം ആവശ്യമായി വരും; ശരീരമില്ലാതെ നിങ്ങൾക്ക് ആഹാരം ആസ്വദിക്കാനാവില്ല- ആത്മാക്കൾ ആഹാരം കഴിക്കുന്നതായി അറിയില്ല. അതിനാൽ ആഹാരക്കൊതിയനായ ഒരു വ്യക്തി ഒരു ശരീരത്തിലേക്ക് തിരിച്ചു വരുമെന്നുള്ളത് തീർച്ചയാണ്.

പ്രഭാത മനനം

ആസക്തി അവബോധത്തിന്റെ ഏറ്റവും നിമ്ന മായ അവസ്ഥയാണ്, കരുണ ഏറ്റവും ഉയർന്നതും. നിമ്നത്തെ നിരാകരിക്കേണ്ടതില്ല. എന്നാൽ അതിനെ പരിവർത്തിപ്പിക്കേണ്ടതുണ്ട്. നിമ്നത്തെ ഒരു ചവിട്ടു പടിയായി ഉപയോഗപ്പെടുത്തണം. പഴയകാലത്ത് മതാത്മകരെന്ന് വിളിക്കപ്പെട്ട ആളുകൾ അതിന് വള രെയധികം എതിരായിരുന്നു; നൂറ്റാണ്ടുകളായുള്ള അവരുടെ ബോധനങ്ങൾ കാരണം അവർ ഒരു വിഘ ടിതമായ മാനവരാശിയെ സൃഷ്ടിച്ചിരിക്കുന്നു. അവർ മനുഷ്യനെ രണ്ടായി ഭാഗിച്ചിരിക്കുന്നു, നിമ്നവും ഉന്നതവും. ആ വിഭജനമാണ് ദുഃഖത്തിന് കാരണം, ഉത്കണ്ഠയ്ക്കും ആകുലതയ്ക്കുമെല്ലാം കാരണം.

നിങ്ങൾ നിങ്ങളെക്കുറിച്ച് നിമ്നമെന്നും ഉന്നത മെന്നും, രണ്ട് രീതിയിൽ ചിന്തിക്കാൻ തുടങ്ങുമ്പോൾ നിരന്തരമായ സംഘട്ടനം അവിടെയുണ്ടാകുന്നു. നിങ്ങൾ നിമ്നത്തെ തരണം ചെയ്യുവാൻ, അതി നോട് പൊരുതുവാൻ, അതിനെ നശിപ്പിക്കുവാൻ ശ്രമിച്ചുകൊണ്ടിരിക്കുന്നു– അതിനെ നശിപ്പിക്കുവാൻ സാധ്യമല്ല. പരിവർത്തനം സാധ്യമാണ്, നശീകരണം സാധ്യമേയല്ല.

അസ്തിത്വത്തിൽ ഒന്നിനെയും നശീകരിക്കുവാൻ സാധ്യമല്ല. അതെ, കാര്യങ്ങളെ മാറ്റിത്തീർക്കുവാൻ കഴിയും. ജലത്തിന് നീരാവിയായി മാറാനാകും. അല്ലെങ്കിൽ ജലത്തിന് ഐസായിത്തീരുവാൻ കഴി യും. എന്നാൽ ഇത് വെറുമൊരു മാറ്റം മാത്രമാണ്. ജലത്തെ സമ്പൂർണ്ണമായി അപ്രത്യക്ഷമാക്കുവാൻ നിങ്ങൾക്കാവില്ല. യാതൊന്നിനെയും ഒരിക്കലും ഉന്മൂ ലനം ചെയ്യാനാവില്ല, അതുപോലെ യാതൊന്നിനെ

യും ഒരിക്കലും പുതുതായി സൃഷ്ടിക്കുവാനും സാധ്യമല്ല. സംയോജനങ്ങൾ മാറുക മാത്രമാണ് ചെയ്യുന്നത്.

ആ ഗോവണിയുടെ ഏറ്റവും താഴെയുള്ള പടിയാണ് ആസക്തി. ഏറ്റവും മുകളിലുള്ള പടി കരുണയും. എന്നാൽ രണ്ടും ഒരേ ഗോവണിയുടെ പടികൾ തന്നെ. ഓർക്കുക, കാമാസക്തി ബോധപൂർവ്വമായിത്തീരുമ്പോൾ അത് കാരുണ്യമായിമാറുന്നു. ആസക്തി അബോധപൂർവ്വമാകുമ്പോൾ അത് ക്രൂരമാണ്. വൃത്തികെട്ടതാണ്, അത് മൃഗീയമാണ്.

നിങ്ങളുടെ സത്തയിലേക്ക് കേവലം കൂടുതൽ അവബോധത്തെ കൊണ്ടുവരിക. അപ്പോൾ നിങ്ങൾ ദിവ്യത്വത്തിലേക്ക് നീങ്ങിത്തുടങ്ങുന്നു; മൃഗത്തിൽ നിന്ന് ദേവനിലേക്ക്. ഈ രണ്ട് അറ്റങ്ങളിലേക്കും നീളുന്ന ഒരു ഗോവണി മാത്രമാണ് മനുഷ്യൻ.

പ്രദോഷമനനം

ജീവിതം ദൈവികമഹിമയാൽ നിറഞ്ഞിരിക്കുന്നു. എന്നാൽ നമ്മൾ അബോധവാന്മാരാണ്. നമ്മൾ അത്ര മാത്രം ഉറക്കത്തിലാണ്ടിരിക്കുന്നതിനാൽ നമുക്ക് അതിന്റെ മഹിമ നഷ്ടമായിക്കൊണ്ടേയിരിക്കുന്നു. സാധ്യമായത്രയും പരിപൂർണമാണ് അസ്തിത്വം, അതിമനോഹരം, അതിഗംഭീരം. അതിനെ ഇനിയും ഒന്നുകൂടി മെച്ചപ്പെടുത്താനാവില്ല. അത്ര മനോഹര മാണത്. എന്നാൽ നമ്മൾ ഉറക്കത്തിലാണ്; അതി നാൽ നമുക്കതുമായി യാതൊരു ബന്ധവും സാധ്യ മാകുന്നില്ല.

അത് ഏതാണ്ട് ഇതുപോലെയാണ്: വസന്തമായി രിക്കുന്നു, വൃക്ഷങ്ങൾ പുഷ്പ്പിച്ചുകൊണ്ടിരിക്കുന്നു. പക്ഷികൾ പാടിക്കൊണ്ടിരിക്കുന്നു. വൃക്ഷങ്ങൾക്കി ടയിലൂടെ മന്ദമാരുതൻ നൃത്തം ചെയ്തുകൊണ്ടിരി ക്കുന്നു.... അവ നിങ്ങൾക്കു ചുറ്റും സൃഷ്ടിച്ചുകൊ ണ്ടിരിക്കുന്ന മനോഹാരിതകൾ.... നിങ്ങളിതൊന്നും കാണുന്നില്ല, നിങ്ങൾ പുഷ്പങ്ങൾ കാണുന്നില്ല. അവയുടെ വർണ്ണങ്ങളും കാണുന്നില്ല. വൃക്ഷങ്ങളുടെ നൃത്തമോ കാറ്റിന്റെ സംഗീതമോ നിങ്ങൾ അസ്വദി ക്കുന്നില്ല. നിങ്ങളൊരു പൂന്തോപ്പിലാണെന്നുപോലും നിങ്ങളറിയുന്നില്ല! ആ വസന്തവുമായി നിങ്ങൾക്ക് യാതൊരു ബന്ധവും ഉണ്ടാകുന്നില്ല. നിങ്ങൾ നിങ്ങ ളുടെയുള്ളിൽത്തന്നെ അടഞ്ഞിരിക്കുന്നു. നിങ്ങൾ ഒരുപക്ഷെ ഒരു ദുഃസ്വപ്നം കണ്ടുകൊണ്ടിരിക്കുക യാവാം, ആ ദുഃസ്വപ്നത്തിന്റെ പീഡനത്തിലായി രിക്കാം നിങ്ങൾ. നിങ്ങൾ ഉച്ചത്തിൽ ആർത്തു നില വിളിക്കുകയാവാം, തേങ്ങിക്കരഞ്ഞുകൊണ്ടിരിക്കു കയാവാം. അതിന് നിങ്ങളെ ചൂഴ്ന്നുനിൽക്കുന്ന യാഥാർത്ഥ്യവുമായി യാതൊരു ബന്ധവുമില്ല.

അതാണ് കൃത്യമായും മനുഷ്യന്റെ അവസ്ഥ.

അസ്തിത്വം എപ്പോഴും വസന്തത്തിലാണ്. അതറിയുവാനായി, അതിനെ അനുഭവിക്കുവാൻ, അതിനെ ജീവിച്ചറിയുവാൻ ഒരുവൻ ഉണർന്നിരിക്കേണ്ടതുണ്ട്. നിങ്ങൾക്ക് ചുറ്റുമുള്ള ആഹ്ലാദത്തിന്റെ രുചി ഒരിക്കൽ അനുഭവിച്ചു കഴിഞ്ഞാൽ നിങ്ങൾ മതാത്മകനായി. കാരണം മഹത്തായ കൃതജ്ഞത നിങ്ങളിൽ ഉയർന്നുവരും. അപാരമായ നന്ദി, കൃതജ്ഞത.

പ്രഭാതമനനം

സന്തോഷത്തിന്റെ പരമോന്നത മാനമാണ് പരമാനന്ദം. ഒന്നാമത്തേത് സുഖം ആണ്- അത് മൃഗീയമാണ്. രണ്ടാമത്തേതു സന്തോഷം- അത് മാനുഷികമാണ്. മൂന്നാമത്തേതു പരമാനന്ദം, അത് ദൈവികവുമാകുന്നു.

പരമാനന്ദമാണ് ലക്ഷ്യം. എന്തുകൊണ്ടെന്നാൽ പരമാനന്ദത്തിൽ മാത്രമാണ് നിങ്ങൾ നിങ്ങളുടെ സത്തയുടെ ആ പരമോന്നതമായ ഉച്ചകോടിയെ സ്പർശിക്കുന്നത്. നിങ്ങൾ നിങ്ങളുടെ സമ്പൂർണ്ണമായ സാക്ഷാത്ക്കാരത്തിലെത്തിച്ചേരുന്നു. മനുഷ്യൻ ഒരു മൂന്നുനില കെട്ടിടമാകുന്നു. ഏറ്റവും താഴത്തെ നില മൃഗീയമാണ്. അത് നല്ലതുതന്നെ, അതിൽ തെറ്റൊന്നുമില്ല. ഞാനതിനെതിരല്ല. എന്നാൽ ആ ഉന്നതമായതിനെക്കുറിച്ച് നിങ്ങൾ അല്പ്പമെന്തെങ്കിലും അറിഞ്ഞിരിക്കണമെന്ന് ഞാനാഗ്രഹിക്കുന്നു. നിമ്നം അടിത്തറയായിരിക്കട്ടെ, എന്നാൽ അതിൽത്തന്നെ കുടുങ്ങിപ്പോകരുത്. രണ്ടാംനില മാനുഷികമാണ്, മൂന്നാംനില ദൈവികവും.

പരമാനന്ദത്തെ അറിയുന്നതിലൂടെ ഒരുവൻ തന്റെ ദൈവികതയെക്കുറിച്ച് അറിയാനിടവരുന്നു. ഇത് സാക്ഷാത്കൃതമാകാത്തിടത്തോളം, ഓർത്തുകൊള്ളുക, ജീവിതം നിറവേറപ്പെടാതെ നിലനിൽക്കും, അത് അഗാധമായൊരു ഇച്ഛാഭംഗമായി നിലനിൽക്കും, ഒരു അസംതൃപ്തിയായി നിലനിൽക്കും. നിങ്ങൾ നിങ്ങളുടെ പരമമായ ഉച്ചകോടിയിലെത്തിച്ചേർന്നുകഴിയുമ്പോൾ, അപ്പോൾ മാത്രമേ സംതൃപ്തിയുണ്ടാകൂ, സമാധാനമുണ്ടാകൂ. താൻ എത്തിച്ചേർന്നിരിക്കുന്നുവെന്ന അഗാധമായൊരു സംതൃപ്തി, ഒരു നിശ്ശബ്ദത.

പ്രദോഷമനനം

നിങ്ങളുടെ ഊർജ്ജങ്ങളെയെല്ലാം ഒരൊറ്റ ശ്രമത്തിനുവേണ്ടി പ്രവർത്തിപ്പിക്കുക: എങ്ങനെ കൂടുതൽ അവബോധവാനാകാം. അങ്ങനെ ഒരുവൻ തന്റെ സമ്പൂർണ്ണമായ ഊർജ്ജത്തെ അവബോധത്തിനായി പ്രയോജനപ്പെടുത്തുകയാണെങ്കിൽ അത് സംഭവിക്കാതെ തരമില്ല- അത് നമ്മുടെ ജന്മാവകാശമാണ്. പക്ഷെ ഒരുവൻ അർദ്ധഹൃദയനായി പോകരുത്. ഒരിക്കലും അർദ്ധഹൃദയത്തോടെ അത് സംഭവിക്കുകയില്ല. അത് സംഭവിക്കുന്നത് നൂറു ശതമാനവും നിങ്ങൾ അതിനകത്തായിരിക്കുമ്പോൾ മാത്രമാണ്. യാതൊന്നും തടഞ്ഞുവെയ്ക്കാതെ, നിങ്ങളുടെ ചീട്ടുകളെല്ലാം, തുറുപ്പ് ചീട്ടുൾപ്പെടെ എല്ലാ ചീട്ടുകളും മേശപ്പുറത്ത് നിരത്തിക്കഴിയുമ്പോൾ, നിങ്ങൾ യാതൊന്നും ഒളിച്ചു വെയ്ക്കാതിരിക്കുമ്പോൾ, അപ്പോൾ മാത്രമാണ് അത് സംഭവിക്കുന്നത്. നിങ്ങളെ സമ്പൂർണ്ണമായും അതിലേക്കു നിക്ഷേപിക്കുമ്പോൾ, ഉടനടി അത് സംഭവിക്കുന്നു. ആ സംഭവിക്കൽ ഒരു വമ്പിച്ച വിപ്ലവവുമാകുന്നു. അത് നിങ്ങളെ ഏറ്റവും നിമ്നം മുതൽ ഏറ്റവും ഉന്നതം വരെ പരിവർത്തിപ്പിക്കുന്നു. സ്ഥൂലം മുതൽ സൂക്ഷ്മം വരെ, ദൃശ്യം മുതൽ അദൃശ്യം വരെ; അത് നിങ്ങളെ മനസ്സിൽ നിന്ന് നിർമ്മനത്തിലേക്ക് കൊണ്ടുപോകുന്നു.

നിർമ്മനത്തിൽ ജീവിക്കുക എന്നതുതന്നെയാണ് വിവേകമുള്ളവനായിരിക്കൽ. നിർമ്മനത്തിൽ നിന്നുകൊണ്ട് പ്രവർത്തിക്കുക എന്നത് വിവേകത്തിൽ നിന്നുകൊണ്ട് പ്രവർത്തിക്കലാകുന്നു. അപ്പോൾ നിങ്ങളുടെ ജീവിതത്തിന് സൗന്ദര്യമുണ്ട്, ഒരു അഴക്, ഒരു ദൈവികത. അപ്പോൾ നിങ്ങൾ എന്തുതന്നെ ചെയ്താലും അത് ശരിയാകുന്നു. അത് തെറ്റായിരി

ക്കുവാൻ സാധ്യമല്ല. തെറ്റു ചെയ്യുക അസാധ്യമായിരിക്കും. കാരണം നിങ്ങൾ അത്രകണ്ട് വെളിച്ചത്താൽ നിറയപ്പെട്ടിരിക്കുന്നു, അത്രകണ്ട് ഉൾക്കാഴ്ചയാൽ നിറയപ്പെട്ടിരിക്കുന്നു. നിങ്ങളുടെ കാഴ്ച അത്രമാത്രം വ്യക്തവും മേഘാവൃതമല്ലാതെയും ഇരിക്കുന്നതിനാൽ തെറ്റായി എന്തെങ്കിലും ചെയ്യുക അസാധ്യമായിരിക്കും. ശരി സ്വയം വന്നുചേരുന്നു. എന്തെങ്കിലും സ്വഭാവരൂപീകരണത്തിന്റെ ആവശ്യമില്ല. കേവലം അവബോധം മാത്രം മതി. സ്വഭാവം അതിന്റെ നിഴൽ പോലെ വന്നുകൊള്ളും.

പ്രഭാതമനനം

മനുഷ്യൻ അരോചകനായിത്തീർന്നിരിക്കുന്നതിനുള്ള കേവലം ലളിതമായ കാരണം, അവൻ സ്വയം ആത്മബോധിയായിത്തീർന്നിരിക്കുന്നു എന്നതാണ്. ഈ ആത്മബോധം ശാലീനമായ സൗന്ദര്യത്തെ നശിപ്പിക്കുന്നു. നിങ്ങൾ സംസാരിക്കുന്നത് ഒരു സുഹൃത്തിനോടാണെങ്കിൽ നിങ്ങൾ ശാലീനതയോടെ സംസാരിക്കും, എന്നാൽ ഒരു മഹാസമ്മേളനത്തെ അഭിസംബോധന ചെയ്യുമ്പോൾ, ആയിരക്കണക്കിനാളുകൾ നിങ്ങളെ ശ്രദ്ധിച്ചുകൊണ്ടിരിക്കുമ്പോൾ നിങ്ങൾക്ക് ആ ശാലീനഭംഗി നഷ്ടമാകുന്നു. നിങ്ങൾ അരോചകനായിത്തീരുന്നു, വിയർക്കുവാൻ തുടങ്ങുന്നു, വിറയ്ക്കുവാൻ തുടങ്ങുന്നു, നിങ്ങൾ എല്ലാം മറന്നു പോകുന്നു.

വാസ്തവത്തിൽ ഇങ്ങനെ പറയപ്പെടുന്നുണ്ട്: നിങ്ങൾ ജനിച്ച നിമിഷം മുതൽ മരിക്കുന്ന നിമിഷം വരെ, സദാസമയവും, മനസ്സ് പ്രവർത്തിച്ചുകൊണ്ടിരിക്കും, ഒരു സദസ്സിനെ അഭിസംബോധന ചെയ്യുന്ന അപൂർവ്വനിമിഷങ്ങളിലൊഴികെ. ആ നിമിഷങ്ങളിൽ മനസ്സിന്റെ പ്രവർത്തനം നിലയ്ക്കുന്നു: പൊടുന്നനെ ഒരു വിടവ് ഉയർന്നുവരുന്നു. മാത്രമല്ല നിങ്ങൾ എത്ര മാത്രം തയ്യാറെടുപ്പോടുകൂടിയാണോ വന്നിരിക്കുന്നത് അത്രകണ്ട് ആ വിടവിന് സാധ്യതയുണ്ടായിരിക്കും. കാരണം ആ തയ്യാറെടപ്പുതന്നെ നിങ്ങൾക്ക് ഭയമുണ്ടെന്നാണ് കാണിക്കുന്നത്, നിങ്ങൾ അത് മൂടിവെയ്ക്കുവാൻ ശ്രമിക്കുകയാണ്, നിങ്ങൾ അഭിനയിക്കുകയാണ്.

നടന്മാർക്ക് വേദിയിൽ എന്താണ് സംഭവിക്കുന്നത്? എന്തുകൊണ്ടാണ് അവർക്ക് ശാലീനത നഷ്ടമാകുന്നത്? അതേ വ്യക്തി അയാളുടെ സുഹൃത്തു

ക്കളോട് സംസാരിക്കുമ്പോൾ ശാലീനസുന്ദരനാണ്, ഒന്നും മാറിയിട്ടില്ല, അതൊന്നു തന്നെയാണ്, അയാൾക്ക് അതേപോലെ സംസാരിക്കുവാനാകും. എന്നാൽ ഇപ്പോൾ അയാൾ മറന്നുപോകുവാൻ തുടങ്ങുന്നു. അയാൾ പറയാൻ പാടില്ലാത്ത കാര്യങ്ങൾ പറഞ്ഞു പോകുന്നു. എല്ലാം കുഴഞ്ഞ് മറിഞ്ഞു പോകുന്നു.

വന്യമൃഗങ്ങൾ ശാലീനസുന്ദരമാണ്. കാരണം അവയ്ക്ക് ആത്മബോധമില്ല. എല്ലാ മൃഗങ്ങൾക്കും ശാലീനതയുണ്ട്. കാരണം അവ ഒരു പരിപാടിയും അവതരിപ്പിക്കുന്നില്ല, അവ കേവലം അവയുടെ ജീവിതം നയിക്കുക മാത്രമാണ് ചെയ്യുന്നത്. തന്നെ കണ്ടാൽ എങ്ങനെയുണ്ട് എന്നതിനെക്കുറിച്ച് അവയ്ക്ക് വേവലാതിയൊന്നുമില്ല. മനുഷ്യൻ മാത്രമാണ് തന്നെ കണ്ടാൽ എങ്ങനെയുണ്ട്, മറ്റുള്ളവരുടെ മുമ്പിൽ തന്റെ പുറംകാഴ്ചയെങ്ങനെ, അവർക്ക് തന്നിൽ മതിപ്പുളവാകുന്നുണ്ടോ ഇല്ലയോ എന്നെല്ലാം വേവലാതിപ്പെടുന്നത്. ഈ വേവലാതികളെല്ലാം അവന്റെ ശാലീനത നശിപ്പിക്കുന്നു.എന്നാൽ ശാലീനമായ ഒരു അവസ്ഥയിൽ മാത്രമാണ് പരമാനന്ദം സംഭവിക്കുന്നത്.

പ്രദോഷമനനം

തന്നെത്തന്നെ അറിയുക എന്നത് എല്ലാം അറിയലാകുന്നു. അതു തന്നെയാണ് ഞാൻ ഊന്നിപ്പറയുന്ന ഒരേയൊരു കാര്യം: യാതൊരു വിശ്വാസവും, വിശ്വാസപ്രമാണവും ആവശ്യമില്ല, പള്ളിയോ, മതമോ, ഒന്നും ആവശ്യമില്ല. ആന്തരികനിരീക്ഷണം എന്ന ലളിതമായൊരു പ്രക്രിയയിലൂടെ നിങ്ങൾ നിങ്ങളെത്തന്നെ തിരിച്ചറിയുവാൻ ഇടയാകുന്നു. നിങ്ങളാരെന്ന് അറിയുന്ന നിമിഷം, ഉടൻ തന്നെ മുഴുവൻ അസ്തിത്വത്തിന്റെയും, ജീവിതത്തിന്റെ തന്നെയും അവശ്യമായ ഉൾക്കാമ്പിനെ നിങ്ങളറിയുന്നു. കാരണം നിങ്ങളതിന്റെ ഭാഗമാകുന്നു.

പ്രഭാത മനനം

പരമാനന്ദത്തിലേക്കുള്ള പാത, സാമുദ്രികമായ ഈ ആനന്ദത്തിലേക്കുള്ള പാത ശരീരമനസ്സ് എന്ന സങ്കീർണ്ണതയുമായി താദാത്മ്യവിമുക്തമായിത്തീരലാകുന്നു. ഒരാൾ നിരന്തരം ഓർമ്മിക്കേണ്ടിയിരിക്കുന്നു, ''ഞാൻ ശരീരമല്ല'', ''ഞാൻ മനസ്സല്ല'', ''ഞാൻ നിരീക്ഷകനാകുന്നു'', ആ ''സാക്ഷിയാകുന്നു.'' പതുക്കെപ്പതുക്കെ ഓർമ്മിക്കേണ്ട ആവശ്യമേയില്ലാത്ത വിധം അത് അത്രയും സ്വാഭാവികമായിത്തീരുന്നു. അത് കേവലം അവിടെ ഉണ്ടായിരിക്കുന്നു - ഒരു അടിയൊഴുക്കായി. ഉറക്കത്തിൽപോലും നിങ്ങളറിയുന്നു, ''ഞാൻ ശരീരമല്ല, ഞാൻ മനസ്സല്ല, ഞാൻ സാക്ഷിയാകുന്നു.'' സ്വപ്നാടനത്തിൽപോലും നിങ്ങളറിയുന്നു, ''ഈ സ്വപ്നങ്ങളുടെ സാക്ഷിയാണ് ഞാൻ''എന്ന്.

ഈ സാക്ഷീകരണം അതിഗാഢമായി ആഴത്തിലേക്കെത്തുമ്പോൾ, നിങ്ങളൊരു പൊട്ടിത്തെറിയുടെ വക്കിലാണ്. അപ്പോൾ ഏതു നിമിഷവും അതു സംഭവിക്കാം: എല്ലാ അതിർവരമ്പുകളും അപ്രത്യക്ഷമാവുകയും പൊടുന്നനെ നിങ്ങൾ അതിരുകളില്ലാത്ത അനന്തതയായിത്തീരുകയും ചെയ്യുന്നു.

പ്രദോഷമനനം

ജീവിതത്തിന് ഒന്നുകിൽ പൂക്കളുടെ വെറുമൊരു കൂമ്പാരമായിരിക്കുവാനോ അല്ലെങ്കിൽ മനോഹരമായൊരു പൂമാലയായി പരിവർത്തനപ്പെടുവാനോ കഴിയും. നിങ്ങളുടേത് കേവലം ഒരു പൂക്കൂമ്പാരമാണ്, അതിന് ജൈവികമായ യാതൊരു ഐക്യവുമില്ല, അത് പല സ്വത്വങ്ങളുടെ വെറുമൊരു കൂട്ടം മാത്രമാണ്. പല 'ഞാൻ'കൾ, എല്ലാം പരമാധികാരത്തിന് വേണ്ടി പൊരുതുകയും പോരടിക്കുകയും ചെയ്തുകൊണ്ടിരിക്കുന്നത്.

മനുഷ്യൻ ജീവിക്കുന്നത് നിരന്തരമായ ഒരു ആന്തരികയുദ്ധത്തിലാണ്, ഓരോ സ്വത്വവും നിങ്ങളെ വ്യത്യസ്തമായ ഓരോ ദിശയിലേക്ക് വലിക്കുവാൻ ശ്രമിച്ചുകൊണ്ടിരിക്കുകയും ചെയ്യുന്നു. നിങ്ങൾ സദാ കണങ്ങളായി ചിതറിവീണുകൊണ്ടിരിക്കുന്നു. ജീവിതം തികച്ചും വ്യത്യസ്തമായൊരു രീതിയിൽ ജീവിക്കുവാൻ കഴിയും. വിവിധങ്ങളായി വേർപ്പെട്ടുകിടക്കുന്ന ആ പുഷ്പങ്ങളെ ഒരു നൂലിനാൽ, അവ എല്ലാറ്റിലൂടെയും ഓടിക്കൊണ്ടിരിക്കുന്ന എന്തോ ഒന്നിനാൽ, ബന്ധിപ്പിക്കുവാൻ കഴിയും. കൂടുതൽ ബോധവാനായി വർത്തിക്കുന്നതിലൂടെ ഒരു ദിശാബോധത്താൽ, അവബോധത്താൽ അവയെ ബന്ധിപ്പിക്കുവാൻ കഴിയും. അപ്പോൾ പിന്നീട് ജീവിതം ആകസ്മികമാവുകയില്ല, പിന്നീടൊരിക്കലും അത് ഒരു ആൾക്കൂട്ടമല്ല. നിങ്ങൾക്കൊരു ഉദ്ഗ്രഥിതസത്തയുണ്ടാകുവാൻ തുടങ്ങുന്നു. അങ്ങനെ നിങ്ങൾ എത്രമാത്രം ഉദ്ഗ്രഥിതനും ഘനീഭൂതനുമായിരിക്കുന്നുവോ, അത്രകണ്ട് ആനന്ദവും സാധ്യമാണ്. എത്ര മാത്രം ആനന്ദം നിങ്ങൾക്കുണ്ടാകുവാൻ സാധിക്കും എന്നുള്ളത് നിങ്ങളുടെ ഉദ്ഗ്രഥനത്തെ അനുസരിച്ചിരിക്കുന്നു. ശകലീകൃതനായ വ്യക്തി ദുഃഖിതനായി

ത്തന്നെ നിലനിൽക്കും, ഉദ്ഗ്രഥിതനായ വ്യക്തി പരമാനന്ദത്തെ പ്രാപിക്കുന്നു.

ജീവിതത്തിലെ എല്ലാ പുഷ്പങ്ങളെയും ഒരുതരം ഒരുമയിലേക്ക് കോർത്തിണക്കുവാൻ കഴിയുന്ന ഒരു ചരടായിത്തീരുക; അങ്ങനെ ജീവിതം വെറുമൊരു ഒച്ച എന്നതിലേറെ ഒരു ഓർക്കസ്ട്രയായിത്തീരുന്നു. അപ്പോൾ അതിമഹത്തായ സൗന്ദര്യവും അതിഗംഭീരമായ ആനന്ദവുമുണ്ടാകുന്നു.

15

പ്രഭാതമനനം

പരമാനന്ദത്തിന് അതിന്റേതായ ഒരു സ്വയംപ്രകാശമുണ്ട്. ദുഃഖം ഇരുണ്ടതും ആനന്ദം തെളിഞ്ഞതുമാകുന്നു. ദുഃഖിതനായ വ്യക്തി മറ്റുള്ളവരിലും ഒരു നിഴൽ വിരിക്കുന്നു. അവൻ ഒരു ഇരുണ്ട ദ്വാരമായി വരുന്നു, അവൻ ആളുകളുടെ ഊർജ്ജം ഊറ്റിക്കുടിക്കുന്നു; അവന്റെ സാന്നിധ്യം തന്നെ വിനാശകരമാണ്. എന്നാൽ ആനന്ദവാനായ വ്യക്തിയുടെ സാന്നിധ്യം സൃഷ്ടിപരവും പോഷണാത്മകവുമാണ്. അത് മറ്റുള്ളവരിൽ പ്രകാശം ചൊരിയുന്നു. അത് അസ്തിത്വത്തിന് ഒരു അനുഗ്രഹമാകുന്നു, ആശീർവാദമാകുന്നു.

15

പ്രദോഷമനനം

സത്യാന്വേഷിയായ ഒരുവനെ സംബന്ധിച്ച് ഏറ്റവും മഹനീയമായ നന്മകളിലൊന്നാണ് എളിമയുള്ള ഒരു ഹൃദയം. എളിമയുള്ളവർക്ക് മാത്രമേ സത്യത്തെ അറിയുവാൻ കഴിയൂ. അഹംബോധികൾ വിലക്കപ്പെട്ടിരിക്കുന്നു; അഹംബോധം തന്നെയാണ് വിഘാതമായിത്തീരുന്നത്. അത് നിങ്ങളെ അസ്തിത്വത്തിൽ നിന്ന് അകലേക്ക് വെട്ടി മാറ്റുന്നു. അഹംബോധമെന്നാലർത്ഥം, അസ്തിത്വത്തിൽ നിന്ന് താൻ വ്യതിരിക്തനാണെന്ന് നിങ്ങൾ കരുതുന്നുവെന്നാണ്. എന്നാൽ അങ്ങനെയല്ല നിങ്ങൾ! നമ്മളാരും ദ്വീപുകളല്ല, ഒരു മനുഷ്യനും ഒരു ദ്വീപല്ല. അനന്തമായൊരു വൻകരയുടെ ഭാഗമാണ് നാമെല്ലാം.

അഹംബോധം നമുക്ക് വ്യതിരിക്തതയുടെ കപടമായ ബോധം നൽകുന്നു. പതുക്കെപ്പതുക്കെ നമ്മൾ നമ്മളിൽത്തന്നെ അടഞ്ഞവനായിത്തീരുന്നു, നമ്മൾ അമിതമായി സ്വയംബോധിയായി, സ്വയം കേന്ദ്രിതനായി, ലോകത്തോട് അങ്ങേയറ്റം അടഞ്ഞവനായിത്തീരുന്നു. സൂര്യനോടും ചന്ദ്രനോടും, മഞ്ഞിനോടും മഴയോടും അടഞ്ഞവനായിത്തീരുന്നു. നമ്മൾ ഒരു കാപ്സ്യൂൾ പോലെ അടഞ്ഞുപോകുന്നു. അത് ഒരു തരം മരണജീവിതമാണ്. നമ്മൾ നമുക്കുചുറ്റും ഒരു കുഴിമാടം കൊണ്ടുനടക്കുവാൻ തുടങ്ങുന്നു. അത് വളരെ അദൃശ്യമായൊരു കുഴിമാടമാണ്. എങ്കിലും ഒരു കുഴിമാടം തന്നെ.

പ്രഭാത മനനം

നമ്മുടെ രാജ്യം ആന്തരികത്തിന്റെ രാജ്യമാണ്. ബാഹ്യത്തിൽ വ്യാപൃതരാകുമ്പോൾ നമ്മൾ യാചകരായിത്തന്നെ വർത്തിക്കേണ്ടി വരും. നമ്മൾ എന്തു തന്നെ ചെയ്താലും, അടിസ്ഥാനപരമായ ആ വസ്തുത മാറ്റാവുന്നതല്ല. നമുക്ക് ധാരാളം പണമുണ്ടാക്കാം, അധികാരവും പദവിയുമുണ്ടാക്കാം, പക്ഷെ ആ മുഖപടങ്ങൾക്കെല്ലാം പിന്നിലായി ആ യാചകൻ ഒളിഞ്ഞുനിൽപ്പുണ്ടാകും, യാചകൻ അങ്ങനെ തന്നെ അവശേഷിക്കും.

ധനികരായ ആളുകളുടെ കണ്ണുകളിലേക്ക് ആഴത്തിലൊന്ന് സൂക്ഷിച്ചുനോക്കുക. നിങ്ങൾക്ക് ആ യാചകനെ കാണാം. രാഷ്ട്രീയക്കാരുടെ, അധികാരസ്ഥന്മാരായ ആളുകളുടെ, കണ്ണുകളിലേക്ക് നോക്കുക, നിങ്ങൾക്കാ യാചകനെ കാണാം. അവൻ ഒളിഞ്ഞിരിക്കുകയാണ്. കഴിയുന്ന രീതിയിലെല്ലാം അവർ ആരെന്ന് മറ്റൊരാളെയും അറിയാൻ അനുവദിക്കാതിരിക്കുവാൻ ശ്രമിക്കുകയാണവർ. അവർ തങ്ങൾക്കു ചുറ്റും ഒരു പുകമറ സൃഷ്ടിച്ചുകൊണ്ടിരിക്കുന്നു, എന്നാൽ അവർക്കറിയാം, അല്പ്പം ബുദ്ധിയുള്ള ഏതൊരാൾക്കും അറിയാതിരിക്കുവാൻ നിർവ്വാഹമില്ല, ആ യാചകൻ അവിടെയുണ്ടെന്ന്.

നിങ്ങൾ ഉള്ളിലേക്ക് തിരിയുന്നതോടെ ആ യാചകൻ അപ്രത്യക്ഷനാകുന്നു. നിങ്ങൾ ദൈവരാജ്യത്തിലേക്ക് പ്രവേശിക്കുന്നു, നിങ്ങൾ ആദ്യമായി യഥാർത്ഥത്തിൽ രാജാവായിത്തീരുന്നു. യേശു ജീവിതകാലമത്രയും ഈ ആന്തരികരാജ്യത്തെക്കുറിച്ചായിരുന്നു സംസാരിച്ചുകൊണ്ടിരുന്നത്. എന്നാൽ അദ്ദേ

ഹം തെറ്റിദ്ധരിക്കപ്പെട്ടു. ജാഗരണം പ്രാപിച്ച എല്ലാ വ്യക്തികളുടെയും എന്നെത്തേയും സ്ഥിതി അതുതന്നെയായിരുന്നു- അവർ തെറ്റിദ്ധരിക്കപ്പെട്ടുകൊണ്ടിരുന്നു.

യേശുവിന് ഈ ലോകത്തിന്റെ കാര്യത്തിൽ അഥവാ ഈ ലൗകികമായ രാജ്യത്തെക്കുറിച്ച് അഥവാ ലൗകികമായ അധികാരശക്തിയെക്കുറിച്ച് ഒന്നും പറയുവാനില്ലായിരുന്നു, അദ്ദേഹം മറ്റുചില കാര്യങ്ങളാണ് പറഞ്ഞുകൊണ്ടിരുന്നത്. അദ്ദേഹം 'ദൈവരാജ്യം' എന്ന വാക്കുകൾ ആലങ്കാരികമായി പ്രയോഗിക്കുകയായിരുന്നു.

യഥാർത്ഥമായ രാജ്യം നിങ്ങളുടെ ഉള്ളിലാണ്. അത് ഇപ്പോൾത്തന്നെ അവിടെ ഉണ്ടുതാനും; അത് നിങ്ങൾ സൃഷ്ടിക്കേണ്ടതില്ല, സ്മരിക്കുകയേ വേണ്ടു ള്ളൂ. എല്ലാ ധ്യാനസങ്കേതങ്ങളും ആത്മസ്മരണയ്ക്ക് വേണ്ടിയുള്ള തന്ത്രങ്ങളാണ്.

16

പ്രദോഷമനനം

നമ്മൾ കൊച്ചായിരിക്കുന്നത് നമ്മൾ അഹംബോധത്തെ അള്ളിപ്പിടിക്കുന്നതുകൊണ്ടാണ്; നമ്മുടെ അല്പ്പത്വം അഹംബോധത്തോടുള്ള നമ്മുടെ അള്ളിപ്പിടിക്കൽ മൂലം ഉണ്ടാകുന്നതാണ്. അഹംബോധമെന്നത് തീരെ ചെറിയ ഒരു പ്രതിഭാസമാണ്. അങ്ങേയറ്റം വിലപിടിച്ചതെന്തോ ആണത് എന്ന് വിചാരിച്ചുകൊണ്ട് അതിനോട് അള്ളിപ്പിടിച്ചുകൊണ്ടിരിക്കുവാൻ മാത്രം, അത്രയും വിഡ്ഢികളാണ് നമ്മൾ. അഹംബോധം മാത്രമാണ് തടസ്സമായിട്ടുള്ളത്, നമ്മുടെ ജീവിതത്തെ പ്രസക്തിയും മഹിമയും പ്രൗഢിയും നേടുന്നതിൽ നിന്ന് തടഞ്ഞുനിർത്തുന്ന ഒരേയൊരു പ്രതിബന്ധം അതു മാത്രമാണ്. അത് നിങ്ങളെ ചൂഴ്ന്നു നിൽക്കുന്ന അതിസൂക്ഷ്മമായൊരു ഭിത്തിയാണ്, ആ ഭിത്തി നിങ്ങളും സമ്പൂർണ്ണതയുമായുള്ള സംയോഗം സാധ്യമാക്കുവാൻ സമ്മതിക്കുന്നില്ല. ഒരിക്കൽ അഹംബോധം ഉപേക്ഷിക്കപ്പെട്ടുകഴിഞ്ഞാൽ നിങ്ങൾ അസ്തിത്വവുമായി, സൂര്യനും ചന്ദ്രനും നക്ഷത്രങ്ങളും വൃക്ഷങ്ങളും മനുഷ്യരുമൊക്കെയായി ഒരു ഏകത്വം അനുഭവിക്കുവാൻ തുടങ്ങുന്നു. പൊടുന്നനെ എല്ലാ വേലിക്കെട്ടുകളും അപ്രത്യക്ഷമാകുന്നു, പൊടുന്നനെ നിങ്ങൾ ഒരു മഞ്ഞുതുള്ളിയല്ലാതായിരിക്കുന്നു, നിങ്ങളുടെ അതിർവരമ്പുകൾ പൊയ്മറഞ്ഞു കഴിഞ്ഞു.നിങ്ങൾ അതിരില്ലാത്തവനായിത്തീർന്നിരിക്കുന്നു. അതുതന്നെയാണ് ദൈവത്തെ അനുഭവിക്കൽ.

THE SECRET LIFE OF HUMANS
The Sacred Complex
PAPAL POWER
SEVEN ARROWS
PHILOSOPHY AND THE HUMAN CONDITION
THE KING'S SON
Dialogue with Death
JAPANESE DEATH POEMS
How to Read Character
PSYCHE AND DEATH
THE MEDIUM TOUCH
PLA

പ്രഭാത മനനം

ഉള്ളിൽ കണ്ണുനീർ നിറഞ്ഞിരിക്കുമ്പോൾ നിങ്ങൾ ചിരിക്കുന്നു, കുപിതനാകുമ്പോൾ നിങ്ങളത് കാണിക്കുന്നില്ല, നിങ്ങൾ അത് അടിച്ചമർത്തിക്കൊണ്ടേയിരിക്കുന്നു. ഈ പ്രക്രിയയാകമാനം നിങ്ങളിൽ സ്വാഭാവികമായും ഒരു വിഭജനം സൃഷ്ടിക്കുന്നു. കണ്ണുനീർ യഥാർത്ഥമായിരുന്നു. എന്നാൽ നിങ്ങളത് അനുവദിച്ചില്ല, നിങ്ങളത് പിന്നിലേക്ക് തള്ളി. പുഞ്ചിരിയാകട്ടെ കപടവുമായിരുന്നു, എങ്കിലും നിങ്ങൾ പുഞ്ചിരിക്കുവാൻ ശ്രമിച്ചു. ഇതിന് ഏറെ ആഴത്തിലേക്കൊന്നും പോകാനാവില്ല. ഈ പുഞ്ചിരി ചുണ്ടിൽ മാത്രമുള്ളതായിരിക്കും, നിങ്ങളുമായി അതിന് ബന്ധമൊന്നുമില്ല.

സാന്മാർഗ്ഗികത അതുപോലെ തന്നെയാണ്: കപടമായൊരു പുഞ്ചിരി. നിങ്ങൾ സദാചാരം പരിശീലിക്കുന്നു, പ്രാവർത്തികമാക്കുന്നു. എന്നാൽ അത് നിങ്ങൾക്ക് സ്വഭാവത്തിന്റെ അന്തസ്സ് നൽകുന്നില്ല.

ധ്യാനത്തിലൂടെ സ്വഭാവത്തിന്റെ അന്തസ്സ് കൈവരുന്നു. ഇപ്പോൾ സ്വഭാവത്തെ സംബന്ധിച്ചിടത്തോളം നിങ്ങൾ യാതൊന്നും പരിശീലിക്കുന്നില്ല, എന്നാൽ നിങ്ങളുടെ ഉൾക്കാഴ്ച വളരുന്നു. കാര്യങ്ങളെ അവ ആയിരിക്കുന്നതുപോലെ തന്നെ കാണുവാൻ തുടങ്ങുന്നു, ഈ പുതിയ വെളിച്ചത്തിൽ, ഈ പുതിയ ദർശനത്തിൽ നിങ്ങളുടെ ജീവിതം മുഴുവനും പരിവർത്തനപ്പെടുകയും ചെയ്യുന്നു. നിങ്ങൾക്ക് ആരെയും വഞ്ചിക്കാനാവില്ല. കാരണം ധ്യാനത്തിലൂടെ, നമ്മളാരും വ്യതിരിക്തരല്ല എന്ന് ഇപ്പോൾ നമ്മളറിയുന്നു. നിങ്ങൾക്ക് ഹിംസാത്മകനാകുവാൻ കഴിയില്ല, മറ്റുള്ളവരെ ദ്രോഹിക്കുന്നതിൽ രസിക്കാനാവില്ല.

EXIT

കാരണം അപരൻ നിങ്ങളുടെ ഭാഗം തന്നെയാണെന്ന് ഇപ്പോൾ നിങ്ങളറിയുന്നു. ജൈവപ്രപഞ്ചത്തിന്റെ ഭാഗമാണ് നമ്മൾ, വ്യതിരിക്തങ്ങളായ ഉണ്മകളേയല്ല.

അപ്പോൾ തീർച്ചയായും നിങ്ങളുടെ സ്വഭാവത്തിന് ഒരു അന്തസ്സുണ്ടാകും. അന്തസ്സ് കൈവരുന്നത് ഉദ്ഗ്രഥനത്തിലൂടെയാണുതാനും. അതിനാൽ ഓർക്കുക, യഥാർത്ഥമായ സ്വഭാവവൈശിഷ്ട്യത്തിന്റെ ഉറവിടം ധ്യാനമായിരിക്കണം. ഒരാൾക്ക് സ്വഭാവത്തെക്കുറിച്ച് എല്ലാം മറക്കാം- നിങ്ങളുടെ ഊർജ്ജം മുഴുവനും ധ്യാനത്തിലേക്ക് പകരുക. അതിലൂടെ ഒരു സ്വഭാവ വൈശിഷ്ട്യം ഉയർന്നുവരികയും ചെയ്യുന്നു. അത് നിങ്ങളാൽ സംഘടിപ്പിക്കപ്പെട്ട ഒന്നല്ല. അത് സഹജമായി വന്നുചേരുന്നതാണ്. കൂടാതെ സ്വഭാവം നൈസർഗ്ഗികമായിരിക്കുമ്പോൾ അതിന് അതിന്റേതായ ഒരു സൗന്ദര്യവുമുണ്ട്. അത് ഒരു ആനന്ദമാണ്, എന്തെങ്കിലും ലക്ഷ്യത്തിനുവേണ്ടിയുള്ള ഒരു മാർഗ്ഗമല്ല അത്, അത് അതിൽത്തന്നെ സ്വയം ലക്ഷ്യമാകുന്നു.

17

പ്രദോഷമനനം

ജീവിതം അതിന്റെ വാസ്തവികതയിൽ അതിരറ്റതാണ്, അനന്തമാണ്. അത് ശരീരത്തിൽ ഒതുങ്ങുന്നതല്ല, മനസ്സിലും ഒതുങ്ങുന്നതല്ല. അത് എവിടെയും ഒതുങ്ങുന്നതേയല്ല; അത് സാമുദ്രികമാകുന്നു. സമുദ്രങ്ങൾക്കുപോലും നിശ്ചിതമായ പരിധികളുണ്ട്, എന്നാൽ ജീവിതത്തിന് യാതൊരു പരിധിയും ഇല്ല തന്നെ. അതിന് ഒരു ആദിയും ഒരു അന്തവും ഇല്ല.

എന്നാൽ നമ്മൾ ശരീരത്തിനോടും മനസ്സിനോടും അത്യധികം താദാത്മ്യപ്പെട്ടുപോയിരിക്കുന്നു. ഇത് നമ്മുടെ യാഥാർത്ഥ്യമല്ല എന്ന കാര്യം നാം പാടെ മറന്നുപോയിരിക്കുന്നു. ശരീരം വെറുമൊരു ''കാരവൻ സരായ്'' മാത്രമാണ്. നമ്മൾ പല ശരീരങ്ങളിൽ ജീവിച്ചിട്ടുണ്ട്. നിങ്ങൾ സഞ്ചാരിയാണ്, തീർത്ഥാടകൻ. ഒരു ശരീരത്തിൽ നിന്ന് മറ്റൊരു ശരീരത്തിലേക്ക്, ഒരു മനസ്സിൽ നിന്ന് മറ്റൊന്നിലേക്ക്, ഒരു രൂപത്തിൽ നിന്ന് മറ്റൊന്നിലേക്ക് നീങ്ങിക്കൊണ്ടേയിരിക്കുന്ന ജീവിതം, അവബോധം. നാം അരൂപിയാണെന്ന് തിരിച്ചറിയുന്ന ദിനം ഒരു മഹത്തായ സുദിനമാണ്. അത് വെളിപാടിന്റെ സുദിനമാണ്. അതിനുശേഷം പിന്നീടൊരിക്കലും നാം വീണ്ടും പഴയതുപേലെയാകുന്നില്ല. അതിനുശേഷം നമ്മൾ ദൈവത്തിന്റെ ഭാഗമാകുന്നു, ദൈവം നമ്മുടെ ഭാഗവുമാകുന്നു.

പ്രഭാതമനനം

വിവേകിയാകാതെ തന്നെ പരമാനന്ദപൂർണ്ണനാകുവാനുള്ള ഒരു സാധ്യതയുണ്ട്. എന്നാൽ ആ ആനന്ദപൂർണ്ണത യഥാർത്ഥമായ ആനന്ദപൂർണ്ണതയല്ല. അത് കേവലം, ആളുകൾ സന്തോഷം എന്ന് വിളിക്കുന്ന അതാണ്. അത് വരികയും പോവുകയും ചെയ്യുന്നു. അത് നൈമിഷികമാണ്. കൂടാതെ അത് നിങ്ങളെ എല്ലായ്പ്പോഴും അഗാധമായ ഇച്ഛാഭംഗത്തിലേക്കും നിരാശയിലേക്കും തള്ളിവിടുന്നു. അതിനു നൽകുന്ന വില ഏറെ വലുതാണ്. അത് ആ വില അർഹിക്കുന്നുമില്ല.

ആനന്ദപൂർണ്ണനാകാതെ തന്നെ വിവേകിയായിരിക്കുന്നതിനുള്ള ഒരു സാധ്യതയും ഉണ്ട്, ആ വിവേകവും കപടമാണ്, വ്യാജമാണ്. വിജ്ഞാനം എന്ന പേരിൽ അറിയപ്പെടുന്നത് അതാണ്. അത് കടംകൊള്ളപ്പെട്ടതാണ്, അത് ഒരു ഭാരമാകുന്നു. നിങ്ങളുടെ സ്വന്തം അനുഭവത്തിലൂടെ ഉയർന്നുവന്നിട്ടില്ലാത്തതെന്തും എപ്പോഴും ഒരു ബന്ധനമായിരിക്കും. അതിന് നിങ്ങളുടെ അഹംബോധത്തെ പോഷിപ്പിക്കാനാകുമെന്നല്ലാതെ നിങ്ങളുടെ സ്വത്വത്തെ നിങ്ങൾക്ക് വെളിപ്പെടുത്തിത്തരാനാവില്ല. യഥാർത്ഥ സാധകൻ പരമാനന്ദവും വിവേകവും ഒരുമിച്ച് കണ്ടെത്തേണ്ടതുണ്ട്. രണ്ടും ഒരുമിച്ച് എളുപ്പത്തിൽ കണ്ടെത്തുവാനും കഴിയും, കാരണം അത് ഒരു പക്ഷിയുടെരണ്ടു ചിറകുകൾ പോലെയാണ്, ധ്യാനം എന്ന പക്ഷിയുടെ.

ധ്യാനിക്കുക: ഒരു വശത്ത് നിങ്ങൾ ആനന്ദവാനായിത്തീരുന്നു; മറുവശത്ത് വിവേകിയും ആയിത്തീരുന്നു; അവ രണ്ടും ഒരുമിച്ച് വളരുന്നു, ഒരുതരം

അഗാധമായ സ്വരച്ചേർച്ചയിൽ വളരുന്നു. ആത്യന്തി കമായ അവസ്ഥയിൽ പരമാനന്ദം വിവേകമായിത്തീ രുന്നു; വിവേകം പരമാനന്ദവുമായിത്തീരുന്നു.

പ്രദോഷമനനം

മനുഷ്യൻ ഒരു ഹിമകണം പോലെയാണ്, അസ്തിത്വം സമുദ്രം പോലെയും. എന്നാൽ നമ്മൾ സ്വയം അതിൽ നിന്ന് വ്യതിരിക്തനായിരിക്കുവാൻ ശ്രമിക്കുകയാണ്. അതാണ് നമ്മുടെ ദുഃഖത്തിന്റെ മൂലകാരണം. ഒരുകാര്യം മാത്രമേ ആവശ്യമുള്ളു: ആ സമുദ്രത്തിലേക്ക് എടുത്തുചാടുക. അങ്ങനെ ആ ഹിമകണം അപ്രത്യക്ഷമായിത്തീരട്ടെ. അത് യഥാർത്ഥത്തിൽ അപ്രത്യക്ഷമാകുന്നില്ല, അതിന് അതിന്റെ കൊച്ചു കൊച്ചു അതിരുകൾ നഷ്ടമാവുക മാത്രമാണ് ചെയ്യുന്നത്; അത് സമുദ്രം തന്നെയായിത്തീരുന്നു. എങ്കിലും ഒരർത്ഥത്തിൽ അതപ്രത്യക്ഷമായിത്തീരുന്നു: നിങ്ങൾക്ക് പിന്നീടതിനെ കാണാനാകില്ല. അതിന് അതിന്റെ പഴയ സ്വത്വം നഷ്ടമാകുന്നു, പഴയ നാമഫലകവും, പഴയ മേൽവിലാസവും. അത് അത്രയും മഹത്തായ വിശാലതയുടെ ഭാഗമായിത്തീരുകയും അതിനെ കണ്ടുപിടിക്കാൻ യാതൊരു മാർഗ്ഗവുമില്ലാതാവുകയും ചെയ്യുന്നു, അതാണ് ഭയം. അതുകൊണ്ടാണ് നാം സ്വയം ആ സമുദ്രത്തിൽ നിന്ന് അകന്നുമാറിക്കൊണ്ടേയിരിക്കുന്നത്. ആ ആത്യന്തികത്തിലേക്ക് മരിച്ചുവീഴുന്ന ദിനം ജീവിതത്തിലെ ഏറ്റവും മഹത്തായ സുദിനമാകുന്നു.

അത് മരണമല്ല, ഉയിർത്തെഴുന്നേൽപ്പാകുന്നു. കാലം മരിക്കുന്നു, നിത്യത ജനിക്കുന്നു. പരിമിതി മരിക്കുന്നു, എങ്കിലും അനന്തത ജനിക്കുകയും ചെയ്യുന്നു. കുഞ്ഞിത്വം മരിക്കുന്നു, എന്നാൽ മഹത്വം ജനിക്കുകയും ചെയ്യുന്നു. നിങ്ങൾക്കത് പരീക്ഷിക്കുവാൻ ശ്രമിച്ചു നോക്കാവുന്നതാണ്.

പ്രഭാത മനനം

ഏകാകിയായി വർത്തിക്കുവാനറിയുമെങ്കിൽ മാത്രമേ വിവേകത്തിനു ഉയർന്നുവരാനാകൂ. വിവേകമാണ് നിങ്ങളുടെ സഹജപ്രകൃതി- നിങ്ങൾ തികച്ചും ഏകാകിയാകുമ്പോൾ, ലോകത്തെ മുഴുവനും നിങ്ങൾ മറക്കുമ്പോൾ, നിങ്ങൾ കേവലം നിങ്ങൾ മാത്രമായിരിക്കുമ്പോൾ, നിങ്ങളിൽ സ്വയം അങ്ങേയറ്റം ആനന്ദപൂർണ്ണനായിരിക്കുമ്പോൾ അപരന്റെ യാതൊരു ആവശ്യവുമുണ്ടാകുന്നില്ല, മറ്റ് യാതൊന്നിനും വേണ്ടിയുള്ള യാതൊരു ആഗ്രഹവും ഉണ്ടാകുന്നില്ല. ഒരുവന് തന്റെ സത്തയ്ക്കുള്ളിലുണ്ടാകുന്ന ആ വിശ്രാന്തിയിൽ വിവേകം ഉയർന്നു വരുന്നു. വിവേകം എന്നുവെച്ചാൽ വിജ്ഞാനം എന്നർത്ഥമില്ല. വിവേകം എന്നാൽ ഉൾക്കാഴ്ചയെന്നർത്ഥം, വിവേകം എന്നാൽ വ്യക്തത എന്നർത്ഥം. വിവേകം വിവരശേഖരം എന്ന അർത്ഥം ഉൾക്കൊള്ളുന്നില്ല, വിവേകമെന്നുവെച്ചാൽ പരിവർത്തനമാകുന്നു. വിവേകമെന്നാൽ ജീവിതത്തെ നോക്കിക്കാണുന്ന തികച്ചും പുത്തനായ ഒരു രീതി എന്നർത്ഥമാകുന്നു.

ഏകാകിയായി വർത്തിക്കുവാനും നിങ്ങളുടെ സത്തയുടെ ഉപരിതലത്തിലേക്ക് വിവേകം ഉയർന്നു വരുവാനും അനുവദിക്കുക. അപ്പോൾ നിങ്ങൾക്ക് ഈ ലോകത്തിൽ തന്നെ ജീവിക്കുവാൻ കഴിയും. എന്നാൽ ഒരു ആൾക്കൂട്ടത്തിനിടയിലും നിങ്ങൾ ഏകാകിയായി വർത്തിക്കും, യാതൊന്നും നിങ്ങളെ സ്വാധീനിക്കുകയില്ല, നിങ്ങളെ വ്യതിചലിപ്പിക്കുകയില്ല. യാതൊന്നും നിങ്ങളെ ഭ്രമിപ്പിക്കുകയില്ല. നിങ്ങൾ ഈ ലോകത്തിൽ തന്നെയായിരിക്കുമെങ്കിലും ലോകത്തിന്റേതായിരിക്കുകയില്ല; എന്താണ് ശരി

INTERNATIONA

യെന്നും എന്താണ് തെറ്റെന്നും കാണുവാനുള്ള കഴിവ് നിങ്ങൾക്കുണ്ടാവുകയും ചെയ്യും. ബാഹ്യമായ പ്രമാണങ്ങളെയല്ല നിങ്ങൾ ആശ്രയിക്കുക. ബൈബിളിനെയോ ഭഗവദ്ഗീതയെയോ വിശുദ്ധഖുറാനെയോ നിങ്ങൾ ആശ്രയിക്കുകയില്ല. നിങ്ങൾ നിങ്ങളുടെ സ്വന്തം ഗ്രന്ഥം കണ്ടെത്തിയിരിക്കുന്നു; സ്വന്തം ഹൃദയത്തിനുള്ളിൽത്തന്നെ ദൈവത്തിന്റെ സ്വരം നിങ്ങൾ കേട്ടിരിക്കുന്നു. ഇപ്പോൾ രണ്ടാംതരം, അതായത് രണ്ടാമതൊരാളിൽ നിന്ന് ലഭ്യമായ, വിവരം അന്വേഷിച്ചു പോകേണ്ട ആവശ്യമില്ല. ഇപ്പോൾ നിങ്ങൾക്ക് ദൈവവുമായി നേരിട്ടുള്ള ഒരു ബന്ധമുണ്ടായിരിക്കുന്നു.

പ്രദോഷമനനം

കേവലം ഒരു നദി സമുദ്രത്തിൽ വിലയംപ്രാപിക്കുന്നതുപോലെ, ദൈവികതയിലേക്ക് വിലയം പ്രാപിക്കുക. നിങ്ങൾ അസ്തിത്വത്തിൽ നിന്ന് വ്യതിരിക്തനാണെന്ന് വിചാരിക്കാതിരിക്കുക. സംഗമിക്കുക. കൂടുതൽ കൂടുതൽ വിലയം പ്രാപിക്കുക.

നമ്മൾ വ്യതിരിക്തരാണെന്ന് നാം ശഠിച്ചുകൊണ്ടേയിരിക്കുന്നു. മതവിരുദ്ധമായ പ്രവൃത്തി അതു മാത്രമാണ്: വ്യതിരിക്തതയ്ക്ക് ഊന്നൽ നൽകൽ. ഏകത്വത്തിന് ഊന്നൽ നൽകലാണ് മതം. അത് ബോധപൂർവ്വമായ ഒരു പരിശ്രമമായിത്തീരേണ്ടതുണ്ട്. ഒരു സൂര്യോദയം കണ്ടുകൊണ്ടിരിക്കവെ അതിലേക്ക് വിലയം പ്രാപിക്കുക. കേവലം ഒരു കാഴ്ചക്കാരൻ മാത്രമായി നിലകൊള്ളാതിരിക്കുക. നിരീക്ഷകനും നിരീക്ഷിതവും ഒന്നായിത്തീരട്ടെ. പതുക്കെപ്പതുക്കെ അതിന്റെ ഒരു പാടവം നിങ്ങൾക്ക് പിടികിട്ടും. അപ്പോൾ ഒരു വൃക്ഷത്തിനരികിലിരിക്കവെ, ആ വൃക്ഷവുമായുള്ള അഗാധമായ ഒരൈക്യത്തിന്റെ ഭാവം കൈവരിക്കുവാൻ കഴിയും. ഈ കൊച്ചുപരീക്ഷണങ്ങൾക്ക് സമ്പൂർണ്ണതയുമായുള്ള ഏകീഭാവം അനുഭവിക്കുന്നതിലേക്ക് നിങ്ങളെ അത്യധികമായി നയിക്കുവാൻ വളരെയധികം സാധിക്കും. ആ അനുഭവം തന്നെയാണ് ദൈവം.

പ്രഭാതമനനം

ആളുകൾ അള്ളിപ്പിടിക്കാരായിപ്പോകുന്നു; നിങ്ങൾ മറ്റൊരാളെ എത്രകണ്ട് അള്ളിപ്പിടിക്കുന്നുവോ അത്രകണ്ട് അപരൻ ഭയാലുവായിത്തീരുന്നു; അപരൻ രക്ഷപ്പെടാനാഗ്രഹിക്കുന്നു, കാരണം സ്വതന്ത്രനാകുവാൻ അത്രയും വലിയൊരു ആന്തരികചോദനയുണ്ട്. സ്വാതന്ത്ര്യത്തിനുവേണ്ടിയുള്ള മോഹം മറ്റേതൊരു മോഹത്തേക്കാളും ഏറെ ഉയർന്നതാണ്, ഏതൊരു മോഹത്തേക്കാളും അഗാധമാണത്. അതുകൊണ്ട്, ഒരുവന് വേണമെങ്കിൽ പ്രേമത്തെപ്പോലും ബലികഴിക്കാൻ കഴിയും; എന്നാൽ സ്വാതന്ത്ര്യത്തെ ബലികഴിക്കാനാവില്ല. കാര്യങ്ങളുടെ കിടപ്പ് അതിനനുയോജ്യമല്ല അതിനാൽ യഥാർത്ഥമായ പരമാനന്ദത്തിന് നിങ്ങളുടെ ഏകാന്തതയിൽ മാത്രമേ സംഭവിക്കാൻ സാധിക്കുകയുള്ളു.

ഏകാന്തത ഒരു കലയാണ്, ധ്യാനത്തിന്റെ മുഴുവൻ കലയുമതാണ്. ഒരുവൻ തന്റെ സ്വന്തം സത്തയിൽ തികച്ചും കേന്ദ്രിതനായി വർത്തിക്കൽ, അപരനെക്കുറിച്ചുള്ള യാതൊരു ചിന്തയും കൂടാതെ; മറ്റ് യാതൊന്നുംതന്നെ ആവശ്യമില്ലാത്തവിധം തന്നിൽത്തന്നെ അത്രയും അഗാധമായൊരു വിശ്രാന്തിയിൽ വർത്തിക്കൽ, അതാണ് ഏകാന്തത. അത് നിത്യമായ ആനന്ദത്തെ കൊണ്ടുവരുന്നു.

ആദ്യം നിങ്ങളുടെ സത്തയിൽ വേരുറച്ചു നിൽക്കുകയും അതിനുശേഷം മറ്റു ബന്ധങ്ങളിലേക്ക് നീങ്ങുകയും ചെയ്യുകയാണെങ്കിൽ അത് തികച്ചും വ്യത്യസ്തമായൊരു പ്രതിഭാസമാണ്. ഇപ്പോൾ നിങ്ങൾക്ക് പങ്കുവെയ്ക്കാൻ കഴിയും. നിങ്ങൾക്ക് പ്രേമിക്കുവാനും ആ പ്രേമത്തെ ആസ്വദിക്കുവാനും കഴിയും. അത് നൈമിഷികമാണെങ്കിൽപോലും

നിങ്ങൾക്കതിൽ അഭിരമിക്കുവാനാകും, നൃത്തം ചെയ്യാം, ഗാനമാലപിക്കാം; അത് പോയ്മറയുമ്പോൾ, അത് പോവുകയും ചെയ്യുന്നു- നിങ്ങൾ തിരിഞ്ഞു നോക്കുന്നില്ല. മറ്റൊരു പ്രണയം സൃഷ്ടിക്കുവാൻ നിങ്ങൾ പ്രാപ്തനാണ്, അതുകൊണ്ട് അള്ളിപ്പിടിക്കേണ്ട യാതൊരാവശ്യവുമില്ല. കമിതാവിനോട് നിങ്ങൾ നന്ദിയുള്ളവനായിരിക്കും. ഇപ്പോഴില്ലാത്ത ആ പ്രണയത്തോട് നിങ്ങൾ കൃതജ്ഞനായിരിക്കും. കാരണം അത് നിങ്ങളെ ധന്യനാക്കിയിരിക്കുന്നു, അത് നിങ്ങൾക്ക് ജീവിതത്തെക്കുറിച്ചുള്ള ചില ക്ഷണികദർശനങ്ങൾ നൽകിയിരിക്കുന്ന, അത് നിങ്ങളെ കൂടുതൽ പക്വമതിയാക്കിയിരിക്കുന്നു.

എന്നാൽ ഇത് സാധ്യമായിത്തീരുന്നത് നിങ്ങൾക്ക് നിങ്ങളുടെ സത്തയിൽ ഒരു നിശ്ചിത അടിയുറപ്പുണ്ടെങ്കിൽ മാത്രമാണ്. നിങ്ങൾക്ക് ആകെക്കൂടി പ്രണയം മാത്രമാണുള്ളതെങ്കിൽ, ധ്യാനാത്മകമായ അടിയുറപ്പ് നിങ്ങൾക്കില്ലെങ്കിൽ, അപ്പോൾ നിങ്ങൾ പീഢനമനുഭവിക്കേണ്ടിവരും. അപ്പോൾ ഓരോ പ്രണയബന്ധവും ഇന്നല്ലെങ്കിൽ നാളെ ദുഃസ്വപ്നമായിത്തീരും. എങ്ങനെ ഏകാന്തനായി വർത്തിക്കാം, ആനന്ദപൂർണമായ ഏകാന്തത എങ്ങനെ സ്വായത്തമാക്കാമെന്ന കല അഭ്യസിക്കുക- അപ്പോൾ എല്ലാം സാധ്യമാണ്.

പ്രദോഷമനനം

''ഞാൻ ദൈവമാകുന്നു'' എന്ന് സ്മരിക്കുകയെന്നാൽ ''ഞാൻ ആകാശമാകുന്നു'' എന്നു സ്മരിക്കലാണ്. ജീവിതത്തിൽ സംഭവിക്കുന്ന എല്ലാ അനുഭവങ്ങളും കൊച്ചുകൊച്ചു മേഘങ്ങൾ പോലെയാണ്. അവ വരികയും പോവുകയും ചെയ്യുന്നു, അവയ്ക്ക് അത്രയേറെ ശ്രദ്ധകൊടുക്കുവാൻ മാത്രം അവ യോഗ്യമല്ല. അവയ്ക്ക് ശ്രദ്ധ കൊടുക്കേണ്ടതില്ല. അതായിരിക്കട്ടെ നിങ്ങളുടെ ധ്യാനം. എപ്പോഴും ഓർത്തിരിക്കുക, നിങ്ങൾ ആകാശമാണ്, അനന്തവിശാലമായ ആകാശം: ഒരു മേഘത്തിനും നിങ്ങളെ അലങ്കോലപ്പെടുത്താനാവില്ല. പതുക്കെപ്പതുക്കെ മേഘങ്ങൾ നിങ്ങളിലേക്ക് വരികയില്ല.

അവ ഒരിക്കലും ക്ഷണിക്കപ്പെടാതെ വന്നെത്തുന്നില്ല. ദുഃഖത്തെ നിങ്ങൾ ക്ഷണിക്കുന്നില്ലായിരിക്കാം, എന്നാൽ നിങ്ങൾ സുഖത്തെ ക്ഷണിക്കുന്നു; ദുഃഖം അതേ പ്രതിഭാസത്തിന്റെ മറുവശമാകുന്നു. അവയെ വേർപ്പെടുത്താനാവില്ല. അവ എപ്പോഴും ദാമ്പത്യത്തിലാണ്, അവയിൽ ഒന്നിനെ ക്ഷണിച്ചാൽ മറ്റേതും വന്നെത്തുന്നു.

അവയെ ക്ഷണിക്കലവസാനിപ്പിക്കുകയാണെങ്കിൽ ആ വിരുന്നുകാർ അപ്രത്യക്ഷരായിത്തുടങ്ങുന്നു. താമസിയാതെ നിങ്ങൾ മേഘവിമുക്തനായി നിലകൊള്ളുന്ന ഒരു നിമിഷം വന്നുചേരുന്നു. അതിനെയാണ് ബുദ്ധൻ നിർവ്വാണം എന്നു വിളിക്കുന്നത്, യേശു ദൈവരാജ്യം എന്നു വിളിക്കുന്നത്.

പ്രഭാതമനനം

തേനീച്ച ഒരു പൂവിലും അള്ളിപ്പിടിക്കുന്നില്ല. അത് എല്ലാത്തരം പൂക്കളിൽ നിന്നും തേൻ ശേഖരിക്കുന്നു. എങ്കിലും അത് നിസ്സംഗിയായി നിലകൊള്ളുന്നു. അത് പനിനീർപ്പൂവിലേക്ക് പോകും, ചെട്ടിപ്പൂവിലേക്ക് പോകും, അത് താമരയിലേക്ക് പോകും; തേൻ ശേഖരിച്ചുകൊണ്ട് അത് പൂവിൽനിന്ന് പൂവിലേക്ക് പോകും. എന്നാൽ അത് സംഗിയല്ല, അത് അള്ളിപ്പിടിക്കുന്നില്ല. ഓർത്തിരിക്കേണ്ടതായ രണ്ടാമത്തെ കാര്യം, തേനീച്ച പലപല പുഷ്പങ്ങളിൽ നിന്നും തേൻ ശേഖരിക്കുന്നുണ്ടെങ്കിലും, ഒരു പൂവിനെയും അത് നശിപ്പിക്കുന്നില്ല. വളരെ കലാപരമായി ശാലീനസുന്ദരമായിട്ടാണ് അത് പ്രവർത്തിക്കുന്നത്. അത് ഒന്നിനെയും നോവിപ്പിക്കുന്നില്ല. വാസ്തവത്തിൽ ഒരു തേനീച്ച അടുത്തു വരുമ്പോൾ പൂവ് അങ്ങേയറ്റം ആനന്ദമനുഭവിക്കുകയാണ് ചെയ്യുന്നത്. വാസ്തവത്തിൽ അത് ആ പുഷ്പത്തിന് ഒരംഗീകാരവും പാരിതോഷികവുമാണ്. തേനീച്ച ഒരിക്കലും വിനാശകാരിയാകുന്നുമില്ല. അത് അതിനുവേണ്ടത് ശേഖരിക്കുന്നു, എന്നാൽ വളരെ കലാപരമായൊരു രീതിയിൽ, പുഷ്പം തികച്ചും മുമ്പത്തേതുപോലെ തന്നെയിരിക്കത്തക്കവിധം, അത്ര വൈദഗ്ധ്യത്തോടു കൂടിയാണ് അത് ആ പ്രവൃത്തി ചെയ്യുന്നത്.

നിങ്ങളാൽ ആർക്കും ഒരു ദ്രോഹവും ഉണ്ടാകാത്ത വിധം അത്രമാത്രം ശ്രദ്ധയോടെ ജീവിക്കുക. സൃഷ്ടിപരമായ രീതിയിൽ, വൈദഗ്ധ്യപൂർവ്വകമായി, കലാപരമായി ജീവിക്കുക, സംവേദനക്ഷമമായ രീതിയിൽ ജീവിക്കുക. ഒരിക്കലും സംഗിയായിത്തീരാതെയുമിരിക്കുക. എല്ലാത്തരം അനുഭവങ്ങളിലും അഭിരമിക്കുക, എല്ലാത്തരം പുഷ്പങ്ങളെയും. എന്നാൽ ചലിച്ചുകൊണ്ടേയിരിക്കുക, ഒരിടത്തും കുടുങ്ങിപ്പോകാതെ, അപ്പോൾ നിങ്ങൾ ദൈവത്തിൽ എത്തുകതന്നെ ചെയ്യും.

പ്രദോഷമനനം

ജീവിതത്തിന്റെ യഥാർത്ഥമായ ആരംഭമാണ് ധ്യാനം. ഒന്നാമത്തെ ജനനം ജീവിതത്തിന്റെ ആരംഭമല്ല. ഒന്നാമത്തെ ജനനം ജീവിക്കുവാനുള്ള ഒരവസരത്തിന്റെ ആരംഭം മാത്രമാണ്. ഒന്നാം ജനനം നിങ്ങളെ സാധ്യതാപരമായി മാത്രം സജീവനാക്കുന്നു, യഥാർത്ഥത്തിൽ സജീവനാക്കുന്നില്ല. ആ സാധ്യതാശേഷിയെ വാസ്തവികതയാക്കി പരിവർത്തിപ്പിക്കേണ്ടതുണ്ട്, അപ്പോൾ മാത്രമാണ് നിങ്ങൾ യഥാർത്ഥത്തിൽ സജീവമായിത്തീരുന്നത്. ആ ബീജത്തെ പുഷ്പമാക്കി പരിവർത്തിപ്പിക്കുന്ന കലയാകട്ടെ, ധ്യാനവുമാകുന്നു. ധ്യാനത്തിലൂടെയാണ് ഒരാൾ രണ്ടാം ജന്മത്തെ പ്രാപിക്കുന്നത്.

ഒന്നാമത്തെ ജനനത്തോടെ ശരീരം ജാതമാകുന്നു; രണ്ടാമത്തേതോടെ ആത്മാവും. നമ്മൾ ഒരു ആത്മാവാകുന്നു എന്ന് അറിയാനിടയാകുമ്പോൾ മാത്രമാണ് നമ്മുടെ ജീവിതം സഫലമാകുന്നത്. അല്ലാത്തപക്ഷം അത് വെറുമൊരു പാഴ്വേലയാണ്. ആ വിത്ത് വിത്തായിത്തന്നെ നിലനിന്നു; അതൊരിക്കലും മുളപൊട്ടിയില്ല, അതൊരിക്കലും ഒരു വൃക്ഷമായിത്തീർന്നില്ല, ഒരിക്കലും പുഷ്പ്പീകരിച്ചില്ല. അതിന്റെ തണലിൽ ആരും വിശ്രമിച്ചില്ല, അതിനെ സന്ദർശിക്കുവാൻ ഒരിക്കലും പക്ഷികളെത്തിയില്ല, അതിനുചുറ്റും ഒരു മന്ദമാരുതനും നൃത്തം വെച്ചില്ല. മേഘങ്ങളുമായോ സൂര്യചന്ദ്രന്മാരുമായോ നക്ഷത്രങ്ങളുമായോ യാതൊരു സംവാദവും അവിടെയുണ്ടായില്ല. വിത്തിന് അസ്തിത്വവുമായി സംവദിക്കുവാൻ സാധ്യമല്ല, അത് അടഞ്ഞാണിരിക്കുന്നത്, അതിനുള്ളിൽ തന്നെ സ്വയം കാപ്സ്യൂളായിക്കൊണ്ട്.

ധ്യാനം നിങ്ങളെ തുറന്നു വിടുന്നു. ഉള്ളതായ എല്ലാറ്റിനുംനേരെ, നാനാമാനങ്ങളിലേക്കും നിങ്ങളെ തുറന്നുവിടൽ തന്നെയാണ് ധ്യാനം: അസ്തിത്വ

ത്തിന്റെ സൗന്ദര്യത്തിലേക്ക്, കാറ്റിന്റെ സംഗീതത്തിലേക്ക്, കാർമേഘങ്ങളുടെ സ്വാതന്ത്ര്യത്തിലേക്ക്, നിങ്ങളെ ചൂഴ്ന്നുനിൽക്കുന്ന സകലവിധമായ നിഗൂഢതകളിലേക്ക്, അകത്തും പുറത്തുമുള്ള എല്ലാറ്റിലേക്കുമുള്ള ഒരു തുറന്നുവിടൽ.

പ്രഭാതമനനം

സംഗത്തിലൂടെയാണ് ദുഃഖം വന്നുചേരുന്നത്. നമ്മൾ വസ്തുക്കളോട്, ആളുകളോട്, സ്ഥലങ്ങളോട് സംഗപ്പെട്ടുപോകുന്നു. സംഗത്തിൽ നാം അടിപ്പെട്ടു പോകുന്നു. ഏതൊരു കാര്യത്തിലും നാം അള്ളിപ്പി ടിക്കുകയും ആ അള്ളിപ്പിടിക്കൽ ദുഃഖം കൊണ്ടുവ രികയും ചെയ്യുന്നു. കാരണം ജീവിതം മാറിക്കൊ ണ്ടേയിരിക്കുന്നു; അത് നിരന്തരമായ ചലനത്തിലാണ്. അത് ഒരിക്കലും ചലനമില്ലാതെ നിലകൊള്ളുന്നില്ല, അടുത്തടുത്തുള്ള രണ്ട് നിമിഷങ്ങളിൽ പോലും അത് നിശ്ചലമായി നിൽക്കുന്നില്ല.

മനോഹരമായ ഒരു സൂര്യോദയമുണ്ടാകുമ്പോൾ, അതിനെ ആസ്വദിക്കുക, എന്നാൽ അതിനോട് അള്ളി പ്പിടിക്കരുത്- അത് ഒരു ഛായാചിത്രമല്ല. താമസി യാതെ അത് അപ്രത്യക്ഷമാകും, അത് അപ്രത്യക്ഷ മായിക്കൊണ്ടിരിക്കുകയാണ്. നിങ്ങൾ നോക്കി ക്കൊണ്ടിരിക്കുമ്പോൾത്തന്നെ അതപ്രത്യക്ഷമായി കൊണ്ടിരിക്കുന്നു. വൈകാതെ രാവ് വന്നു പതിക്കും. പക്ഷെ എന്തിന് വിലപിക്കുന്നു? രാവിന് അതിന്റേ തായ സൗന്ദര്യമുണ്ട്- നക്ഷത്രങ്ങൾ പ്രത്യക്ഷപ്പെടും. എന്നാൽ അള്ളിപ്പിടിക്കാരൻ അത്രയും മണ്ടനായതി നാൽ അവൻ ആ സുന്ദരമായ സൂര്യാസ്തമനത്തി ൽത്തന്നെ അള്ളിപ്പിടിക്കാൻ ശ്രമിക്കും: എന്നെന്നേ ക്കുമായി നിശ്ചലനായി നിലകൊള്ളുവാനാണ് അവ നിഷ്ടം. ആ മണ്ടന്മാരറിയുന്നില്ല, അവർ എന്തിനു വേണ്ടിയാണ് ആവശ്യപ്പെടുന്നതെന്ന്- അവർ സൂര്യാ സ്തമനത്തിനു വേണ്ടി വിലപിക്കും. കാരണം അത് ഇനിയവിടെ ഇല്ലല്ലോ, ആ വിലാപത്തിൽ പുതുതായി വന്നണയുന്ന നക്ഷത്രങ്ങളെ അവർക്ക് നഷ്ടമാവു കയും ചെയ്യും.

മൂഢന് എല്ലാം നഷ്ടപ്പെട്ടുകൊണ്ടേയിരിക്കുന്നു. വിവേകി എല്ലാം ആസ്വദിക്കുകയും ചെയ്യുന്നു. അയാൾ പകലിനെ ആസ്വദിക്കുന്നു. രാവിനെയും ആസ്വദിക്കുന്നു. അയാൾ ശിശിരത്തിൽ അഭിരമിക്കുന്നു, ശൈത്യത്തിലും അഭിരമിക്കുന്നു. അയാൾ ജീവിതത്തിൽ അഭിരമിക്കുന്നു, മരണത്തിലും അഭിരമിക്കുന്നു. അയാൾ അള്ളിപ്പിടിക്കാത്തവനാണ്. അള്ളിപ്പിടിക്കാതിരിക്കലാണ് പരമാനന്ദം.

പ്രദോഷമനനം

ആളുകൾ ജീവിക്കുന്നത് വളരെ പരുഷമായൊരു രീതിയിലാണ്: കോപത്തോടുകൂടി, അസൂയയോടുകൂടി, ഉടമബോധത്തോടു കൂടി, അഹംബോധത്തോടുകൂടി. ഒരാൾ തന്റെ സത്തയിൽ നിന്ന് ഈ പരുഷഘടകങ്ങളെയെല്ലാം നീക്കം ചെയ്യേണ്ടതുണ്ട്. കാരണം അവർ ഒരുപാട് ഊർജ്ജം നശിപ്പിച്ചുകൊണ്ടിരിക്കുന്നു, ഒരുപാട് അവസരങ്ങൾ പാഴാക്കിക്കൊണ്ടിരിക്കുന്നു. ഈ ഊർജ്ജങ്ങളെയെല്ലാം ഗാനങ്ങളിലേക്ക്, ആനന്ദത്തിലേക്ക്, പ്രേമത്തിലേക്ക്, ശാന്തിയിലേക്ക് പരിവർത്തിപ്പിക്കേണ്ടതുണ്ട്. അപ്പോൾ ജീവിതം ഒരു കവിതയായിത്തീരുന്നു.

അപ്പോൾ ഇവിടെ വർത്തിക്കുന്നു എന്നത് ഒരു തികഞ്ഞ ആനന്ദമാണ്. കേവലം വർത്തിക്കുന്നു എന്നതു തന്നെ ഒരുവന് ആവശ്യപ്പെടാവുന്നതിലധികമാണ്, ശ്വാസോച്ഛ്വാസം ചെയ്യുന്നു എന്നതുതന്നെ ദൈവം നിലനിൽക്കുന്നു എന്നതിന് വേണ്ടത്ര തെളിവാണ്. കാരണം ഓരോ ശ്വാസവും അതിനോടൊപ്പം അത്രകണ്ട് ആനന്ദഹർഷമാണ് കൊണ്ടുവരുന്നത്. ജീവിതം അത്രയും മഹത്തായ സ്വരരാഗ സമ്പൂർണ്ണമായ ഒരു ഭാവഗീതമായിത്തീരുന്നു, ഇത് സാധ്യമാണോ എന്ന് ഒരുവന് വിശ്വസിക്കാനാവാത്തവിധം അത്രയും മഹനീയമായൊരു നർത്തനമായിത്തീരുന്നു. അത് സംഭവിക്കുമ്പോൾ മാത്രമേ ഒരുവനത് വിശ്വസിക്കുവാൻ കഴിയൂ.

പ്രഭാതമനനം

നമുക്ക് ചിറകുകളുണ്ട്, എന്നാൽ നാം ഇതുവരെ അവ ഉപയോഗിച്ചിട്ടില്ല. ഉപയോഗിച്ചിട്ടില്ലാത്തതു കാരണം അവ അവിടെ ഉണ്ടെന്ന കാര്യം നമ്മളാൽ വിസ്മൃതമായിപ്പോയിരിക്കുന്നു. കൊച്ചുചിറകുകളാണെങ്കിലും അവ അത്ര ചെറുതല്ല, എന്തുകൊണ്ടെന്നാൽ അവയ്ക്ക് ആകാശം മുഴുവനും താണ്ടുവാനാകും. അവയുടെ കഴിവ് അപാരമാണ്, അതിമഹത്താണ്, അളക്കാനാവാത്തതാണ്. ചിറകുവിരിച്ച ഒരു പക്ഷിയേക്കാൾ മനോഹരമായി ഒന്നുമില്ല.... തന്റെ കൊച്ചുചിറകുകൾക്കുള്ളിൽ മുഴുവൻ ആകാശത്തേയും ഉൾക്കൊണ്ടുകൊണ്ട് അസ്തിത്വത്തിന്റെ ആത്യന്തികമായ അതിർത്തികളിലേക്ക് അത് സഞ്ചരിച്ചുകൊണ്ടിരിക്കുന്നു. എപ്പോഴും അറിയപ്പെട്ടതിൽ നിന്ന് അറിയപ്പെടാത്തതിലേക്ക് നീങ്ങിക്കൊണ്ട്, ഒരിക്കലും അജ്ഞാതത്തെ ഭയപ്പെടാതെ- വാസ്തവത്തിൽ എപ്പോഴും അജ്ഞാതത്താൽ അലോസരപ്പെട്ടുകൊണ്ട് അതെപ്പോഴും അറിയപ്പെട്ടതിനെ വിട്ടുകളയുന്നു. കാരണം ഒരിക്കൽ അറിഞ്ഞുകഴിഞ്ഞാൽ ഒരനുഭവം വീണ്ടും ആവർത്തിച്ചുകൊണ്ടിരിക്കുന്നത് വെറും മണ്ടത്തരമാണ്. ധിഷണാശാലിയായ വ്യക്തി പുതിയ അനുഭവങ്ങളെയാണ് പിന്തുടരുക. പുതിയ പരിപ്രേക്ഷ്യങ്ങൾ വെട്ടിത്തുറക്കുക, പുതിയ കാഴ്ചകൾ കാണുക. അതു തന്നെയാണ് ചിറകുവിരിച്ച പക്ഷി പ്രതിനിധാനം ചെയ്യുന്നത്.

ദൈവമെന്ന് പറയുന്നതും അതു തന്നെയാണ്: തുറന്നിരിക്കുന്ന ആകാശമത്രയും. പരീക്ഷിച്ചു നോക്കാൻ കൊള്ളാവുന്ന ഒരേയൊരുകാര്യം സ്വാതന്ത്ര്യവുമാണ്. സ്വാതന്ത്ര്യം കൈവരിച്ചുകഴിഞ്ഞാൽ, മറ്റെല്ലാം അതിന്റെ പിന്നാലെ വന്നുചേരുന്നു; സ്വാതന്ത്ര്യമില്ലാതെ ഒന്നിനും ഒരു സാധ്യതയുമില്ല.

പ്രദോഷമനനം

അഹംബോധം മാത്രമാണ് ഒരേയൊരു പ്രശ്നം, അതുണ്ടാകുമ്പോൾ ആയിരത്തൊന്ന് പ്രശ്നങ്ങൾ അതു വേറെയും സൃഷ്ടിക്കുന്നു. അത് അത്യാർത്തി സൃഷ്ടിക്കുന്നു, കോപം സൃഷ്ടിക്കുന്നു, കാമം സൃഷ്ടിക്കുന്നു, ക്രോധം സൃഷ്ടിക്കുന്നു, അസൂയ സൃഷ്ടിക്കുന്നു, അങ്ങനെയങ്ങനെ പലതും. ആളുകൾ അത്യാർത്തിയോട് പൊരുതിക്കൊണ്ടിരിക്കുന്നു. കാമക്രോധങ്ങളോട് പൊരുതിക്കൊണ്ടിരിക്കുന്നു, എന്നാൽ ഇത് നിഷ്ഫലമാണ്. അടിവേര് മുറിച്ചുകളയുന്നില്ലെങ്കിൽ പുതിയ ശാഖകൾ വന്നുകൊണ്ടിരിക്കും. ചില്ലകളും ഇലകളും അരിഞ്ഞു മാറ്റിക്കൊണ്ടിരിക്കാം. എന്നാൽ അത് സഹായം ചെയ്യുകയില്ല. വാസ്തവത്തിൽ നിങ്ങളുടെ ഈ അരിഞ്ഞുമാറ്റൽ കൊണ്ട് വൃക്ഷം കൂടുതൽ കൂടുതൽ വണ്ണം വെയ്ക്കുകയാണ് ചെയ്യുക. ഇലപ്പടർപ്പിന് കൂടുതൽ കനം വെയ്ക്കും. വൃക്ഷം കൂടുതൽ ശക്തമായിത്തീരും.

ഞാൻ ആവർത്തിച്ചു പറയുന്നതിതാണ്: ലക്ഷണങ്ങളോട് പൊരുതാതിരിക്കുക. കാര്യത്തിന്റെ അടിവേരിലേക്ക് കടന്നുചെല്ലുക, അതാണെങ്കിൽ കേവലം ഒന്നുമാത്രം- അത് അഹംബോധമാകുന്നു.

അഹംബോധത്തെ കൂടാതെ കേവലം വർത്തിക്കുക മാത്രം ചെയ്യുവാൻ നിങ്ങൾക്ക് സാധിക്കുമെങ്കിൽ, ഏതാണ്ട് താൻ ഇല്ല എന്നപോലെ ആരുമല്ലാത്തവനായി വർത്തിക്കുവാൻ, ഒരു ഒന്നുമില്ലായ്മയായി വർത്തിക്കുവാൻ നിങ്ങൾ പഠിക്കുമെങ്കിൽ.... എങ്കിൽ നിങ്ങൾ ആ പരമമായത് നേടിയിരിക്കുന്നു. അതിനേക്കാൾ ഉന്നതമായ ഒരു ലക്ഷ്യവുമില്ല, അത് അനായാസം സാധിക്കുകയും ചെയ്യും. കാരണം അഹംബോധം കപടമായ ഒരു പ്രതിഭാസമാണ്. അതിനെ

ഉപേക്ഷിക്കുവാൻ സാധ്യമാണ്. അത് യഥാർത്ഥമായ ഒരു സംഗതിയല്ല, സാങ്കല്പ്പികം മാത്രമാണ്. അതൊരു നിഴലാകുന്നു. നിങ്ങളതിൽ വിശ്വസിച്ച് കൊണ്ടേയിരിക്കുകയാണെങ്കിൽ അതുണ്ട്. എന്നാൽ നിങ്ങൾ അതിനകത്തേക്ക് ആഴത്തിൽ നോക്കുകയാണെങ്കിൽ അത് ഒരിക്കലും കണ്ടെത്തുകയില്ല.

ധ്യാനമെന്നാൽ ഉള്ളിലേക്കു നോക്കൽ, അഹംബോധത്തെ കണ്ടെത്തുവാനായി ആഴത്തിൽ ഉള്ളിലേക്ക് നോക്കൽ എന്നുമാത്രമാണ് അർത്ഥം; നിങ്ങളുടെ സത്തയുടെ ഓരോ മൂക്കിലും മൂലയിലും തെരഞ്ഞ് അതെവിടെയാണെന്ന് അന്വേഷിക്കൽ. അത് ഒരിടത്തും കണ്ടെത്തപ്പെടുന്നില്ല. അതിനെ ഒരിടത്തും കണ്ടെത്തുകയില്ലെന്ന് മനസ്സിലാക്കുന്ന നിമിഷത്തിൽ അതിന്റെ കാര്യം കഴിഞ്ഞു. നിങ്ങൾ പുതുപുത്തനായി ജനിക്കുകയും ചെയ്യുന്നു.

പ്രഭാതമനനം

സമ്പൂർണ്ണമായും സ്വതന്ത്രനാകുവാൻ ഒരുവൻ സമ്പൂർണ്ണമായി അവബോധവാനാകേണ്ട ആവശ്യ മുണ്ട്. കാരണം നമ്മുടെ ബന്ധനം നമ്മുടെ അബോ ധത്തിലാണ് വേരൂന്നി നില്ക്കുന്നത്. അത് പുറമെ നിന്ന് വരുന്നതല്ല. ആർക്കും നിങ്ങളെ അസ്വതന്ത്ര നാക്കുവാൻ സാധ്യമല്ല. നിങ്ങളെ നശിപ്പിക്കുവാൻ കഴിഞ്ഞേക്കാം. എന്നാൽ നിങ്ങളുടെ സ്വാതന്ത്ര്യം എടുത്തു മാറ്റുവാൻ കഴിയില്ല- നിങ്ങൾ തന്നെ അത് വിട്ടൊഴിയുന്നില്ലെങ്കിൽ. ആത്യന്തികമായ അപഗ്രഥ നത്തിൽ അസ്വതന്ത്രനാകുവാനുള്ള നിങ്ങളുടെ ആഗ്ര ഹമാണ് എപ്പോഴും നിങ്ങളെ അസ്വതന്ത്രനാക്കുന്നത്. ആശ്രിതനായി വർത്തിക്കുവാനുള്ള നിങ്ങളുടെ ആഗ്ര ഹമാണ്, നിങ്ങൾ തന്നെയായി വർത്തിക്കുന്നതിന്റെ ഉത്തരവാദിത്വം ഒഴിവാക്കുവാനുള്ള നിങ്ങളുടെ മോഹമാണ് നിങ്ങളെ അസ്വതന്ത്രനാക്കുന്നത്.

തന്റെ സ്വന്തം ഉത്തരവാദിത്വം ഒരുവൻ സ്വയം ഏറ്റെടുക്കുന്ന നിമിഷം..... എല്ലാം റോസാപ്പൂക്കളല്ല, മുള്ളുകളും അതിലുണ്ട് എന്ന കാര്യം ഓർത്തുകൊ ള്ളുക; അതെല്ലാം മധുരമുള്ളതല്ല, കയ്പ്പേറിയ പല നിമിഷങ്ങളും അതിലുണ്ട്. മധുരമുള്ളവ കയ്ക്കുന്ന വയുമായി എപ്പോഴും സന്തുലനപ്പെടുന്നു. അവ എപ്പോഴും ഒരേ അനുപാതത്തിലാണ് വന്നുചേരു ന്നത്. റോസാപ്പൂക്കൾ മുള്ളുകളാൽ സന്തുലനം ചെയ്യ പ്പെടുന്നു, രാവുകൾ പകലുകളാൽ, ശിശിരങ്ങൾ ശൈത്യങ്ങളാൽ, സന്തുലനം ചെയ്യപ്പെടുന്നു. ധ്രുവാ ത്മകവൈപരീത്യങ്ങൾക്കിടയിൽ എപ്പോഴും ജീവിതം ഒരു സന്തുലനം നിലനിർത്തുന്നു. അതിനാൽ ജീവി തത്തെ അതിന്റെ എല്ലാ സൗന്ദര്യങ്ങളോടെയും കയ് പ്പുകളോടെയും മാധുര്യങ്ങളോടെയും അതിന്റെ സുഖങ്ങളോടെയും ദുഃഖങ്ങളോടെയും സ്വീകരിച്ചു കൊണ്ട് ഒരുവൻ താൻ തന്നെയായി വർത്തിക്കുവാ

സ്വയം ഒരു ദീപമായിത്തീരുക

നുള്ള ഉത്തരവാദിത്വമേറ്റെടുക്കുവാൻ തയ്യാറാവുക യാണെങ്കിൽ, അവന് സ്വതന്ത്രനാകുവാൻ കഴിയും. അവനു മാത്രമേ സ്വതന്ത്രനാകുവാൻ കഴിയൂ.

എല്ലാ നന്മകളോടും എല്ലാ തിന്മകളോടുമൊപ്പം, നിങ്ങളെങ്ങനെയാണോ അതുപോലെ തന്നെയായി വർത്തിക്കുവാനുള്ള ഉത്തരവാദിത്വം ഏറ്റെടുക്കുക. സുന്ദരമായിട്ടുള്ളവയേയും സുന്ദരമല്ലാത്തവയെയും അംഗീകരിക്കുക. ആ സ്വീകൃതത്വത്തിൽ ഒരു അതി വർത്തനം സംഭവിക്കുകയും ഒരുവൻ സ്വതന്ത്രനായി ത്തീരുകയും ചെയ്യുന്നു.

സ്വാതന്ത്ര്യമെന്നാൽ അതിവർത്തനം എന്നർത്ഥ മാകുന്നു, ദ്വന്ദാത്മകതയ്ക്കുപരി സഞ്ചരിക്കൽ. അപ്പോൾ നിങ്ങൾ സന്തോഷമോ സന്താപമോ അല്ല, നിങ്ങൾക്ക് സംഭവിക്കുന്ന എല്ലാറ്റിന്റെയും വെറു മൊരു സാക്ഷി മാത്രമാണ് നിങ്ങൾ. ആ അതിവർത്ത നമാണ് യഥാർത്ഥസ്വാതന്ത്ര്യം. അത് ഒരുവനെ ബോധപ്രാപ്തനാക്കുന്നു, മുക്തനാക്കുന്നു

പ്രദോഷമനനം

ഇല്ലാതാകലാണ് യഥാർത്ഥത്തിൽ ഉണ്ടായിരിക്കുന്നതിനുള്ള ഒരേയൊരു മാർഗ്ഗം. അതിനാൽ ''ഉണ്ടായിരിക്കുകയോ ഇല്ലാതിരിക്കുകയോ എന്നതാണ് ചോദ്യം'' എന്ന് ഷേക്സ്പിയർ പറഞ്ഞതിനോട് എനിക്ക് യോജിക്കാനാവില്ല. ചോദ്യം അതേയല്ല, കാരണം ഇല്ലാതാകലാണ് ഉണ്ടായിരിക്കുന്നതിനുള്ള ഒരേയൊരു മാർഗ്ഗം. ഒരു അഹംബോധമെന്ന നിലയിൽ നിങ്ങൾ അപ്രത്യക്ഷമാകുന്ന നിമിഷം നിങ്ങൾ അതിബൃഹത്തായിത്തീരുന്നു; ഏതോ ഒരു സാമുദ്രികമായ, അതിരുകളില്ലാത്ത ആനന്ദഹർഷം നിങ്ങൾ അനുഭവിക്കുവാൻ തുടങ്ങുന്നു.

നമ്മൾ മനസ്സിനോട് ഏറെ സംഗപ്പെട്ടിരിക്കുന്നു. മനസ്സ് വളരെ ചെറിയ ഒരു കാര്യമാണ്, ഒരു ചെറിയ ബയോ കമ്പ്യൂട്ടർ. കൂടാതെ നമ്മൾ ശരീരത്തോടും സംഗപ്പെട്ടിരിക്കുന്നു, അതുമായി ഏറെ താദാത്മ്യപ്പെട്ടിരിക്കുന്നു. അത് വെറും ഒരു കൊച്ചുകുടിലാണ്. അതിൽ ജീവിക്കുക. അത് വൃത്തിയായി സൂക്ഷിക്കുക, സുന്ദരമായി സൂക്ഷിക്കുക. നിങ്ങളുടെ ബയോ കമ്പ്യൂട്ടറിനെ ഉപയോഗിക്കുക. അതിനെ പരിരക്ഷിക്കുക. മറ്റേതൊരു യന്ത്രസാമഗ്രിയും നിങ്ങൾ പരിരക്ഷിക്കുന്നതുപോലെ- മനസ്സാകട്ടെ വളരെ സൂക്ഷ്മവും ലോലവുമായ ഒരു യന്ത്രസാമഗ്രിയാണ്. എന്നാൽ ഈ കാര്യങ്ങളുമായി താദാത്മ്യപ്പെട്ടു പോകാതിരിക്കുക. ഒരു ഡ്രൈവർ തന്റെ കാറുമായി താദാത്മ്യപ്പെട്ടു പോയിരിക്കുന്നതുപോലെ തന്നെയാണത്. തീർച്ചയായും അയാൾ കാറിനകത്താണ്. അതിനുള്ളിലാണ്. പക്ഷെ അയാൾ കാറല്ല. അതു തന്നെയാണ് നമ്മുടെ അവസ്ഥയും. നമ്മൾ ജീവിച്ചുകൊണ്ടിരിക്കുന്നത് ഏത് യന്ത്രസാമഗ്രിക്കകത്താണോ അതുമായി നാം താദാത്മ്യപ്പെട്ടു പോയിരിക്കുന്നു. ഈ താദാത്മ്യമാണ് അഹംബോധമെന്ന ആശയം സൃഷ്ടി

ക്കുന്നത്: ''ഞാൻ ശരീരമാണ്, ഞാൻ മനസ്സാണ്, ഞാൻ ക്രിസ്ത്യാനിയാണ്, ഞാൻ ഹിന്ദുവാണ്, ഞാൻ വെളുത്തവനാണ്, ഞാൻ കറുത്തവനാണ്, ഞാൻ ഇതാണ്, ഞാൻ അതാണ്.....'' ഈ കാര്യങ്ങളെല്ലാം താദാത്മ്യങ്ങളല്ലാതെ മറ്റൊന്നുമല്ല. ധ്യാനമെന്നാൽ താദാത്മ്യവിമുക്തനായിത്തീരൽ എന്നർത്ഥം; ''ഞാൻ അവബോധം മാത്രമാകുന്നു, ഒരു നീരീക്ഷണപടുത്വം, ഒരു ബോധപൂർണ്ണത. ഒരു സാക്ഷി'' എന്ന് ഓർത്തുകൊണ്ടിരിക്കൽ. ആ സാക്ഷീകരണത്തിൽ അഹംബോധം അലിഞ്ഞില്ലാതാകുന്നു. അഹംബോധത്തിന്റെ അലിഞ്ഞുതീരൽ തന്നെയാണ് ഏറ്റവും മഹത്തായ വിപ്ലവവും. പൊടുന്നനെ വൃത്തികെട്ട ഒരു കൊച്ചു ലോകത്തിൽ നിന്ന് അതിവിശാലവും അതിസുന്ദരവുമായതിലേക്ക് നിങ്ങൾ സംവഹിക്കപ്പെടുന്നു, കാലത്തിൽനിന്ന് കാലാതീതത്തിലേക്ക്, മർത്യതയിൽ നിന്ന് അമർത്യതയിലേക്ക് സംവഹിക്കപ്പെടുന്നു.

പ്രഭാതമനനം

ഒരു യഥാർത്ഥസാധകൻ വിജ്ഞാനത്തിന് പിറകെ പോകുന്നവനല്ല, അവൻ അറിയലിന് പിന്നാലെയാണ്. പഠനമെന്ന പ്രക്രിയയെത്തന്നെ പഠിക്കുവാനവൻ ആഗ്രഹിക്കുന്നു. നിഗമനങ്ങളിലെത്തിച്ചേരുന്നതിന് അവന് താല്പ്പര്യമില്ല, ലക്ഷ്യങ്ങളിൽ അവന് താല്പ്പര്യമില്ല; വാസ്തവത്തിൽ, ആ യാത്രയിൽത്തന്നെയാണ് അവന് കൂടുതൽ താല്പ്പര്യം. ആ യാത്ര അത്രയും മനോഹരമാണ്. അതിന്റെ ഓരോ നിമിഷവും അത്രയും സ്വാദിഷ്ടമാണ്- ലക്ഷ്യത്തെക്കുറിച്ച് ആര് ഗൗനിക്കുന്നു?

ഒരു ലക്ഷ്യം എന്ന ആശയം തന്നെ സ്വയം വിശ്രമിക്കുവാനായി അലസമായ മനസ്സിനാൽ സൃഷ്ടിക്കപ്പെട്ടതാണ്, ഒരിക്കൽ അത് നേടിക്കഴിഞ്ഞാൽ പിന്നെ തീർന്നു. അതുകൊണ്ട് ഒരുവൻ ഒരു എളുപ്പവഴി കണ്ടെത്തുവാൻ ശ്രമിക്കുന്നു. ലക്ഷ്യങ്ങളിൽ തല്പ്പരരായ ആളുകൾ സ്വാഭാവികമായി സദാ കുറുക്കുവഴികളിൽ താല്പ്പര്യമുള്ളവരായിരിക്കും, എന്തിന് ഒരു ദൂരയാത്ര ചെയ്യുന്നു?

മടിയന്മാരായ ആളുകൾക്ക് യഥാർത്ഥസാധകരാകുവാൻ സാധ്യമല്ല. ഒരു യഥാർത്ഥസാധകന് യാതൊരു ആഗ്രഹവുമില്ല. ഒരു ലക്ഷ്യത്തിനായി ഒരു അഭിലാഷവുമില്ല. അയാൾക്ക് തന്നിമിഷത്തിലാണ് താല്പ്പര്യം, ഈ നിമിഷം, ഇപ്പോൾ, ഇവിടെ. അയാളുടെ മുഴുവൻ സത്തയും ജീവിക്കലിൽ മുഴുകുന്നു.

കൂടുതൽ ബോധവാനായിത്തീരുമ്പോൾ, നിങ്ങൾ അസ്തിത്വത്തിലേക്ക്, ചുറ്റും സംഭവിച്ചുകൊണ്ടിരിക്കുന്ന എല്ലാറ്റിലേക്കും കൂടുതൽ തുറന്നവനായി

വർത്തിക്കുന്നു. നിങ്ങളുടെ ജാലകങ്ങളും വാതിലുകളുമെല്ലാം തുറന്നിരിക്കുന്നു; അസ്തിത്വത്തിന് നിങ്ങളിലൂടെ കടന്നുപോകാൻ കഴിയുന്നു. നിങ്ങൾ കൂടുതൽ കൂടുതൽ ബോധവാനായിത്തീരുന്നതോടെ കൂടുതൽ കൂടുതൽ സംവേദിയാകുവാനും തുടങ്ങുന്നു.

വിജ്ഞാനത്തിലൂടെ കുറേക്കൂടി അറിവ് നിങ്ങളോട് ചേർക്കപ്പെട്ടിട്ടുണ്ടെങ്കിലും നിങ്ങൾ പഴയപടി തന്നെ നിലനിൽക്കുന്നു. നിങ്ങൾ നവമായിത്തീരുന്നില്ല, നിങ്ങൾ ആ പഴയ വ്യക്തി തന്നെയാണ്. പുതിയ ചിലത് കൂട്ടിച്ചേർക്കപ്പെട്ടിരിക്കുന്നു, അത്രമാത്രം - അവബോധത്തോടു കൂടി നിങ്ങൾ പുത്തനാവുന്നു, ഓരോ നിമിഷവും സ്വയം നവീകരിച്ചുകൊണ്ടിരിക്കുന്നതെങ്ങനെയെന്ന് അറിയത്തക്കവണ്ണം പുത്തനായിരിക്കുന്നു, അങ്ങനെ നിങ്ങളൊരിക്കലും പഴഞ്ചനാകുന്നില്ല. വിരസനും അസംവേദിയുമാകുന്നില്ല.

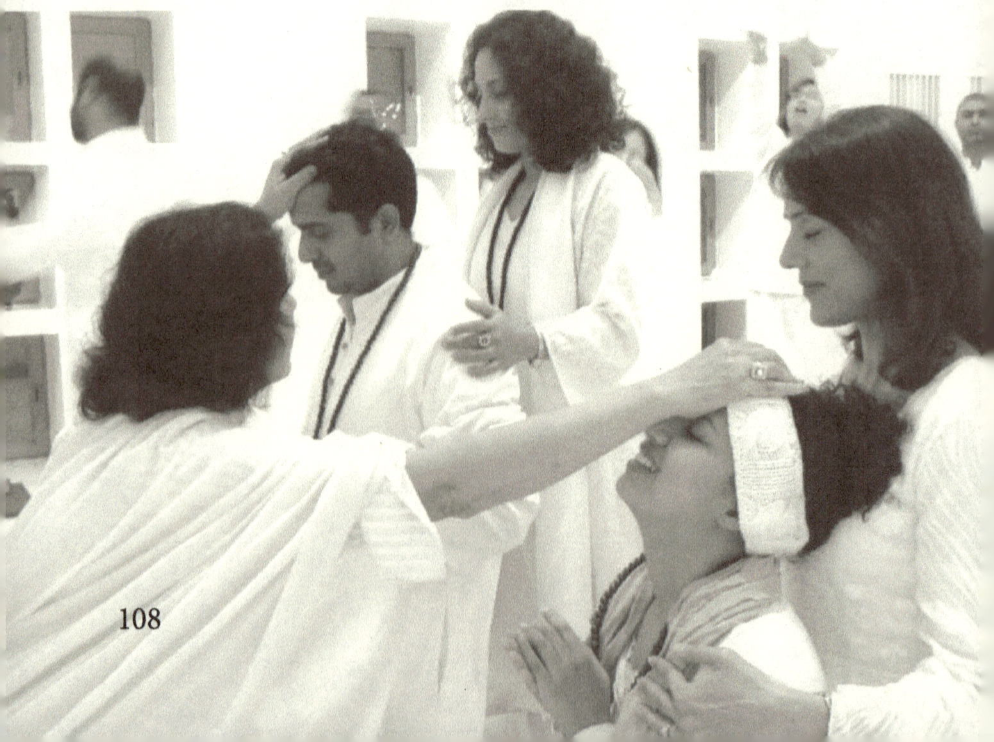

പ്രദോഷമനനം

പരിപൂർണ്ണമായ പരമാനന്ദത്തോടുകൂടി ജനിക്കപ്പെട്ടുവെങ്കിലും നാം യാചകരായി നിലകൊള്ളുന്നു എന്നുള്ളത് ജീവിതത്തിന്റെ ഏറ്റവും വലിയ നിഗൂഢതകളിലൊന്നത്രെ, നമ്മൾ ഒരിക്കലും നമ്മുടെ സ്വന്തം സത്തയ്ക്കുള്ളിലേക്ക് നോക്കാതിരിക്കുന്നതു കൊണ്ടാണ് നാം യാചകരായി നിലകൊള്ളുന്നത്. ഉള്ളിലുള്ളതെല്ലാം നമുക്ക് നേരത്തെതന്നെ അറിയാം എന്ന വിധത്തിൽ നാം അത് ലളിതമായെടുക്കുന്നു. അത് വലിയൊരു മണ്ടൻ ആശയമാണ്. എന്നാൽ ഈ ആശയം ലോകമാസകലം നിലവിലിരിക്കുന്നു. പരമാനന്ദം തേടുവാനും തെരയുവാനുമാകും. പക്ഷെ നാമതിന് സന്നദ്ധരല്ല. ചന്ദ്രനിലേക്ക് പോകുവാൻ നാം സന്നദ്ധരാണ്, എന്നാൽ നമ്മുടെ സ്വന്തം ഉള്ളിലേക്ക് പോകുവാൻ നാം സന്നദ്ധരല്ല. അതിനുള്ള ലളിതമായ കാരണം, ഒരിക്കലും ഉള്ളിലേക്ക് പോയിനോക്കുക പോലും ചെയ്യാതെ നാം വിചാരിക്കുന്നത് ''ഉള്ളിലെന്തിരിക്കുന്നു?'' എന്നാണ്. എങ്ങനെയോ നമുക്ക് നമ്മെ അറിയാം എന്ന ഒരാശയം നാമെല്ലാം കൊണ്ടു നടക്കുന്നു. എന്നാൽ നമുക്ക് നമ്മെ ഒട്ടും തന്നെ അറിയില്ല. ''നിന്നെത്തന്നെ അറിയുക'' എന്ന് സോക്രട്ടീസ് പറയുന്നത് ശരി തന്നെ. ആ രണ്ട് വാക്കുകളിൽ സകല ഋഷിവര്യന്മാരുടെയും ജ്ഞാനമെല്ലാം അടങ്ങിയിരിപ്പുണ്ട്. കാരണം നിങ്ങളെ സ്വയം അറിയുന്നതിലൂടെ എല്ലാം അറിയപ്പെടുന്നു. എല്ലാം നിറവേറപ്പെടുന്നു, എല്ലാം സാക്ഷാത്ക്കരിക്കപ്പെടുന്നു.

പ്രഭാതമനനം

വൃക്ഷങ്ങൾ, പക്ഷികൾ, മൃഗങ്ങൾ, എല്ലാം അസ്തിത്വവുമായി ഏകീഭാവത്തിലാണ്- അബോധപൂർവ്വമായി. അവ ആനന്ദപൂർണ്ണരാണ്, എന്നാൽ ആനന്ദമെന്നാൽ എന്താണെന്നതിനെക്കുറിച്ച് അവർക്ക് യാതൊരു ആശയവുമില്ല. അവർ അതിനെക്കുറിച്ച് ബോധവാന്മാരല്ല. അബോധപൂർവ്വമായ ഒരു ആനന്ദം വലിയ മൂല്യമുള്ളതല്ലതാനും. നിങ്ങൾക്ക് നിങ്ങളുടെ കൈവശം ഒരു നിധിയുണ്ടായിരിക്കാം, പക്ഷെ നിങ്ങളതിനെക്കുറിച്ച് ബോധവാനല്ലെങ്കിൽ, പിന്നെ അതുകൊണ്ടെന്ത് കാര്യം?

ഒരു കുയിലിന്റെ വിദൂരമായ കൂജനം നമുക്ക് വളരെ ആനന്ദകരമാണ്, എന്നാൽ കുയിലിനെ സംബന്ധിച്ച് അതങ്ങനെയല്ല. എന്താണ് സൗന്ദര്യം എന്നതിനെക്കുറിച്ച്, എന്താണ് സംഗീതം എന്നതിനെക്കുറിച്ച്, എന്താണ് കവിത എന്നതിനെക്കുറിച്ച് കുയിലിന് യാതൊരു രൂപവുമില്ല. അത് അബോധവാനാണ്- ആനന്ദപൂർണ്ണൻ, പക്ഷെ അബോധവാൻ. മനുഷ്യൻ ബോധവാനാണ്, എങ്കിലും വിഷാദവാനുമാണ്. പക്ഷെ ഈ വിഷാദം ഒഴിവാക്കുവാൻ കഴിയും. അവ ബോധം ഒരല്പ്പംകൂടി വർദ്ധിപ്പിച്ചുകൊണ്ടുവരികയും ബോധപൂർവ്വം അബോധത്തെ വിട്ടുകളയുകയും വേണം. അവൻ ഒരു പുനരേകീകരണം നേടേണ്ടതുണ്ട്- ഞാനതിനെ പുനരേകീകരണം എന്നാണ് പറയുക. വൃക്ഷങ്ങളും കുയിലും മറ്റു പക്ഷികളും മൃഗങ്ങളും എല്ലാംതന്നെ ഒരുതരം ഏകീകരണത്തിലാണ്, ഐക്യത്തിലാണ്. മനുഷ്യൻ അത് വീണ്ടെടുക്കേണ്ടതുണ്ട്. അവന് അതുമായുള്ള ബന്ധം

വിച്ഛേദിക്കപ്പെട്ടു പോയിരിക്കുന്നു.

അതെല്ലാം നമ്മെ ആശ്രയിച്ചിരിക്കുന്നു, നമ്മുടെ ദുഃഖത്തിന്റെ കാര്യത്തിൽ നാമെന്താണ് ചെയ്യുന്നത് എന്നതിനെ ആശ്രയിച്ചിരിക്കുന്നു. നമുക്കതിനെ ശുശ്രൂഷിക്കുകയും നമുക്കുവേണ്ടി കൂടുതൽ നരകം സൃഷ്ടിക്കുകയും ചെയ്തുകൊണ്ടിരിക്കാം. അല്ലെങ്കിൽ നമുക്കതിനെ വിട്ടുകളയുകയും ആത്യന്തിക ലയനത്തിനായി സമ്പൂർണ്ണതയിലേക്ക് നീങ്ങുകയും ചെയ്യാം. നമുക്ക് അസ്തിത്വമഹാസമുദ്രത്തിലേക്ക് സ്വയം അലിഞ്ഞുചേരാം; അപ്പോൾ പരമാനന്ദം ഉയർന്നുവരുന്നു. മനുഷ്യൻ പരമാനന്ദപൂർണ്ണനായി ത്തീരുമ്പോൾ, അവന്റെ പരമാനന്ദത്തിന് അതിമഹ ത്തായ മൂല്യമുണ്ട്. കുയിൽ ആനന്ദപൂർണ്ണനാണ്, പക്ഷെ അതിന്റെ ആനന്ദത്തിന് ഒരു മൂല്യവുമില്ല.

ദൈവത്തിലേക്ക് അഭിഷിക്തനാവുക എന്നു വെച്ചാൽ സമ്പൂർണ്ണതയിലേക്ക് ഉരുകിയലിയുവാൻ സന്നദ്ധനാവുക എന്നർത്ഥം. അപ്പോൾ പരമാനന്ദം സ്വയമേവ വന്നുചേരുന്നു.

പ്രദോഷമനനം

ജീൻ പോൾ സാർത്ര് പ്രശസ്തമായ ഒരു പ്രസ്താവം ചെയ്തിരിക്കുന്നു: ''അപരൻ നരകമാകുന്നു.'' ഏതാണ്ട് ലോകത്ത് എല്ലാവരുടെയും ആശയം അതാണ്, അല്പം ചില ബുദ്ധന്മാരൊഴികെ: ''അപരൻ നരകമാകുന്നു.'' കോടാനുകോടി ജനങ്ങളുടെ അനുഭവം അതാണെങ്കിലും എനിക്കതിനോട് യോജിക്കാനാവില്ല. അത് തികച്ചും ശരിയാണെന്ന് തോന്നുമെങ്കിലും അത് ശരിയല്ല, ഒട്ടും ശരിയല്ല. സത്യത്തിന്റെ ഒരു കണികപോലും അതിലില്ല. അത് എപ്പോഴും നിങ്ങളാണ്. നിങ്ങൾക്ക് നരകമാകാം, സ്വർഗ്ഗവുമാകാം- അതെപ്പോഴും നിങ്ങളാണ്, നിങ്ങളുടെ തീരുമാനമാണ്.

സ്വർഗ്ഗം മറ്റെവിടെയോ അല്ല; നിങ്ങളാണത് സൃഷ്ടിക്കേണ്ടത്, നിങ്ങൾ നരകം സൃഷ്ടിക്കുന്നതുപോലെത്തന്നെ. അതൊരു മനശ്ശാസ്ത്രപരമായ അവസ്ഥയാണ്. കൂടാതെ നിങ്ങളാണ് ആ സ്രഷ്ടാവെന്ന് ഒരിക്കൽ നിങ്ങളറിയുമ്പോൾ അവിടെ മഹത്തായ സ്വാതന്ത്ര്യമുണ്ടാകുന്നു. അപരനാണ് ഉത്തരവാദിയെങ്കിൽ, നിങ്ങൾ സ്വതന്ത്രനല്ല; നിങ്ങളെപ്പോഴും ബന്ധനത്തിലാണ്. കാരണം അപരന് എപ്പോഴും നിങ്ങൾക്കുവേണ്ടി ദുഃഖത്തെ സൃഷ്ടിക്കാം, അല്ലെങ്കിൽ സുഖത്തെ സൃഷ്ടിക്കാം. രണ്ടുതരത്തിലായാലും നിങ്ങൾ ആശ്രിതനായിരിക്കുന്നു, ആരും ആശ്രിതത്വം ഇഷ്ടപ്പെടുന്നുമില്ല.

പ്രഭാതമനനം

നിങ്ങൾ സമ്പൂർണ്ണതയിൽ വിലയം പ്രാപിക്കുവാൻ സന്നദ്ധനാണെങ്കിൽ അനന്തരഫലം പരമാനന്ദമാണ്. ആ വിലയനത്തെ നിങ്ങൾ ചെറുക്കുകയാണെങ്കിൽ, നിങ്ങൾ വ്യതിരിക്തമായ ഒരു സത്തയായിത്തന്നെ നിലകൊള്ളുവാൻ ശ്രമിക്കുകയാണെങ്കിൽ.... അതാണ് എല്ലാവരും ചെയ്തുകൊണ്ടിരിക്കുന്നത്: ഒരു അഹംബോധമായി വർത്തിക്കുവാൻ ശ്രമിച്ചുകൊണ്ട്, സ്വയം സംരക്ഷിക്കുവാൻ ശ്രമിച്ചുകൊണ്ട്, സ്വന്തം സുരക്ഷയിൽ ശ്രദ്ധിച്ചുകൊണ്ട് ആളുകൾ വ്യതിരിക്ത സത്തകളാകുവാൻ ശ്രമിക്കുന്നു.

എല്ലാവരും തങ്ങളെ സമ്പൂർണ്ണതയ്ക്കെതിരെ വേലികെട്ടി തടുക്കുകയാണ്. എല്ലാവരും സമ്പൂർണ്ണതയെക്കുറിച്ച് ഭയാലുവാണ്. കാരണം സമ്പൂർണ്ണത അതിവിശാലമാണ്. അത് നിങ്ങളെ എല്ലായിടത്തും ചൂഴ്ന്നുനിൽക്കുന്നു. നമ്മൾ വമ്പിച്ച മതിലുകളാണ് സൃഷ്ടിക്കുന്നത്, നമ്മെത്തന്നെ സംരക്ഷിക്കുവാനായി വൻ ചൈനാമതിലുകൾ സൃഷ്ടിക്കുകയാണ്. അല്ലാത്തപക്ഷം അത് നമ്മളിൽ പ്രളയം സൃഷ്ടിക്കും. അത് നമ്മളെയാകെ പുതഞ്ഞു കളയും. അതിനാൽ നാം വമ്പൻ ചൈനാമതിലുകൾ നിർമ്മിക്കുകയും അവയ്ക്കു പിന്നിൽ മറഞ്ഞിരുന്നുകൊണ്ട് ചെറിയവനായി നിലകൊള്ളുകയും ചെയ്യുന്നു..... നാം ആരും വ്യതിരിക്തരല്ല, ഒരു മനുഷ്യനും ഒരു ദ്വീപല്ല. നാം ആ വൻകരയുടെ ഭാഗമാണ്, അതുകൊണ്ട് വൻകരയുമായി പോരടിക്കുന്നത് പ്രയോജനരഹിതമാണ്....

സമ്പൂർണ്ണതയിൽ വിലയം പ്രാപിക്കുക. അഹംബോധത്തെ വിട്ടുകളയുക. നിങ്ങൾ വ്യതിരിക്തനാ

ണെന്ന കാര്യം സ്വയം മറന്നേ കളയുക. സമ്പൂർണ്ണ തയുടെ ഭാഗമെന്ന നിലയിൽ സ്വയം അനുഭവിക്കുക. അതിനുശേഷം അതെത്ര മനോഹരമായിരിക്കുന്നു എന്നറിയുക, അതെത്ര മധുരതരമാണെന്നും ഓരോ നിമിഷവും എങ്ങനെ ഒരു ആശീർവാദമായിത്തീരു ന്നുവെന്നും അനുഭവിച്ചറിയുക.

പ്രദോഷമനനം

മനുഷ്യൻ അബോധപൂർവ്വമാണ് ജീവിക്കുന്നത്. അവൻ പലകാര്യങ്ങളും ചെയ്യുന്നത് മറ്റുള്ളവർ അവ ചെയ്യുന്നതുകൊണ്ടാണ്. അവൻ അനുകരിക്കുകയും അനുസരിക്കുകയും ചെയ്തുകൊണ്ടേയിരിക്കുന്നു. താൻ എന്തിനാണ് ഈ കാര്യങ്ങളെല്ലാം ചെയ്യുന്നത് എന്നതിനെക്കുറിച്ച് അവൻ കൃത്യമായി ബോധവാനല്ല. താൻ ആരാണെന്നുപോലും അവനറിയില്ല. താനാരെന്ന് അറിയാത്ത, എവിടെ നിന്നു വരുന്നുവെന്ന്, എവിടേയ്ക്ക്, എന്തിനു പോകുന്നവെന്നറിയാത്ത ഒരു മനുഷ്യനിൽ നിന്ന് എന്ത് പ്രതീക്ഷിക്കാനാകും?

ധ്യാനത്തിലൂടെ മാത്രം പരിഹരിക്കപ്പെടാൻ കഴിയുന്ന അടിസ്ഥാനപരമായ ചോദ്യങ്ങളാണിവ. അവ പരിഹരിക്കുന്നതിൽ ഒരു തത്വചിന്തയ്ക്കും നിങ്ങളെ സഹായിക്കാനാവില്ല. അവ പലപല ഉത്തരങ്ങൾ നല്കും. എന്നാൽ എല്ലാ ഉത്തരങ്ങളും ഊഹാപോഹപരമായിരിക്കും. അവയ്ക്കു ചുറ്റും തലപുകച്ചുകൊണ്ടിരുന്നാൽ പല പിഴവുകളും കണ്ടെത്താൻ കഴിയും, പല തകരാറുകളും. ധ്യാനം അസ്തിത്വാത്മകമാണ്, തത്വചിന്താപരമല്ല. അത് നിങ്ങൾ നിങ്ങളെത്തന്നെ നേരിട്ട് അഭിമുഖീകരിക്കത്തക്കവിധം അത്രകണ്ട് നിങ്ങളെ ബോധവാനാക്കിത്തീർക്കുവാൻ സഹായിക്കുന്നു. സത്യം ഒരു വെളിപ്പെടലാകുന്നു. ചിന്തയിലൂടെയുള്ള ഒരു നിഗമനമല്ല- ധ്യാനത്തിലൂടെയുള്ള ഒരു വെളിപ്പെടലാണത്, അല്ലാതെ ധ്യാനത്തിലൂടെയുള്ള ഒരു നിഗമനമല്ല.

പ്രഭാത മനനം

മനുഷ്യൻ വിഷാദത്തിൽ വർത്തിക്കുവാൻ വിധിക്കപ്പെട്ടിരിക്കുന്നു. കാരണം അവൻ ചിന്തിക്കുന്നത് വ്യതിരിക്തതയുടെ ശൈലിയിലാണ്. എന്നാൽ ഓർക്കുക, ഒരു മനുഷ്യനും ഒരു ദ്വീപല്ല. താൻ സമ്പൂർണ്ണതയിൽ നിന്ന് വ്യതിരിക്തനാണെന്ന രീതിയിൽ ചിന്തിക്കുന്നത് തന്നെയാണ് ഒരേയൊരു മതിഭ്രമം. മറ്റുള്ള എല്ലാ മതിഭ്രമങ്ങളും അതിൽ നിന്ന് ഉയർന്നു വരുന്നതാണ്. നമ്മൾ ആ വിശാലമായ വൻകരയുടെ ഭാഗമാണ്, ദ്വീപുകളല്ല. ഇത് ഓർത്തിരിക്കലാണ് പരിവർത്തനപ്പെടുവാനുള്ള ഒരേയൊരു മാർഗ്ഗം.

ഈ മതിഭ്രമത്തിൽ ജീവിക്കുന്നത് പ്രശ്നങ്ങൾ സൃഷ്ടിക്കുക തന്നെ ചെയ്യും, പ്രശ്നങ്ങളെല്ലാം കുമിഞ്ഞുകൂടി കൊണ്ടേയിരിക്കുകയും ചെയ്യുന്നു. തുടക്കം മുതലുള്ള നമ്മുടെ സമീപനം തന്നെ മാറാത്തിടത്തോളം അവ പരിഹരിക്കപ്പെടാൻ സാധ്യമല്ല. വസ്തുതാപരമായ ഒരു മാറ്റം ആവശ്യമുണ്ട്, അല്പം ചില പരിഷ്കാരങ്ങളല്ല വേണ്ടത്. ആ അടിസ്ഥാനപരമായ മാറ്റം സംഭവിക്കുന്നത് നാം നമ്മുടെ വ്യക്തിത്വത്തെ ദൈവമാകുന്ന സമുദ്രത്തിൽ മുക്കിക്കളയുമ്പോഴാണ്, അഹംബോധത്തിന്റെ മഞ്ഞുതുള്ളി സമുദ്രത്തിൽ അപ്രത്യക്ഷമാകുമ്പോഴാണ്.

നമുക്ക് ഒന്നും നഷ്ടമാകുന്നില്ല, നാം നേടുകയാണ് ചെയ്യുന്നത്. നമുക്ക് നമ്മുടെ ചെറിയ അതിർവരമ്പുകൾ മാത്രമാണ് നഷ്ടമാകുന്നത്. എന്നാൽ നമ്മൾ അതിവിശാലവും അനന്തവുമായിത്തീരുന്നു. ആ വിശാലതയിലാണ് പരിമളം.....

അഹംബോധത്തിന്റെ മാളത്തിൽ നിന്ന് നക്ഷത്രങ്ങൾക്കു കീഴിൽ തുറന്ന ആകാശത്തിലേക്കുള്ള ആദ്യചുവട് വെയ്ക്കവെ- പൊടുന്നനെ നിങ്ങൾക്ക്

ചിറകുകൾ മുളയ്ക്കുവാൻ തുടങ്ങുന്നു. അവ എന്നും അവിടെ ഉണ്ടായിരുന്നു. പക്ഷെ, അവ ഉപയോഗിക്കപ്പെടുവാനുള്ള ഇടമില്ലായിരുന്നു. കേവലം ചെറിയ ഒരു വില അതിന് കൊടുക്കേണ്ടതുണ്ട്: കപടമായ അഹംബോധം ഉപേക്ഷിക്കപ്പെടണം.

പ്രദോഷമനനം

പരമാനന്ദം സംഭവിക്കാനുള്ള അടിസ്ഥാനപരമായ നിബന്ധനയാണ് പരിശുദ്ധമായ ഹൃദയം. എന്നാൽ പരിശുദ്ധി എന്നതുകൊണ്ട് ഞാനുദ്ദേശിക്കുന്നത് സദാചാരപരമായ എന്തെങ്കിലും കാര്യമല്ല. പരിശുദ്ധി എന്നതുകൊണ്ട് ഞാൻ അർത്ഥമാക്കുന്നത് നിഷ്കളങ്കതയാണ്. ഒരു സദാചാരവാദി ഒരിക്കലും നിഷ്കളങ്കനല്ല, അയാൾ കണക്കുകൂട്ടുന്നവനാണ്. അയാളുടെ സദാചാരം അയാളുടെ കണക്കുകൂട്ടലല്ലാതെ ഒന്നുമല്ല. അയാൾ ദൈവവുമായി വിലപേശുകയാണ്, പറുദീസ. പറുദീസയുടെ സുഖങ്ങളും സന്തോഷങ്ങളും കൈവരിക്കുവാൻ വേണ്ടി അയാൾ പുണ്യം സമ്പാദിക്കുകയാണ്. അയാൾ വാസ്തവത്തിൽ കൗശലക്കാരനാണ്. അയാളുടെ സദാചാരം കണക്കുകൂട്ടലിൽ വേരൂന്നി നില്ക്കുന്നു. അയാൾ നിഷ്കളങ്കനല്ല. ഒരു സദാചാരവാദിയും ഒരിക്കലും നിഷ്കളങ്കനല്ല. ചിലപ്പോൾ അസാന്മാർഗ്ഗികനായ ഒരു വ്യക്തി സാന്മാർഗ്ഗികനെന്ന് വിളിക്കപ്പെടുന്നവനേക്കാൾ നിഷ്കളങ്കനാകാം. ആ സാന്മാർഗ്ഗികൻ ഒരുപക്ഷെ അസാന്മാർഗ്ഗികനായത് തന്റെ ജീവിതത്തെക്കുറിച്ച് കണക്കുകൂട്ടലുകൾ നടത്താത്തതുകൊണ്ട് മാത്രമായിരിക്കാം. അനന്തരഫലങ്ങളെക്കുറിച്ച് യാതൊരു ആശയവും കൂടാതെ അയാൾ ജീവിക്കുക മാത്രം ചെയ്യുന്നു. അയാളൊരുപക്ഷെ ലളിതമനസ്കനായിരിക്കാം. എന്നാൽ ഒരു സദാചാരവാദി ഒരിക്കലും ലളിതമനസ്കനല്ല, അയാൾ വളരെ സങ്കീർണ്ണനാണ്. പുണ്യവാളന്മാരെന്ന് വിളിക്കപ്പെടുന്നവരാണ് ഏറ്റവും കൂടുതൽ സങ്കീർണ്ണർ, കൗശലക്കാർ, കണക്കുകൂട്ടലുകൾ നടത്തുന്നവർ. അവരുടെ സത്തയിൽ ഒരു കൊച്ചുകുട്ടിയുടെ നിഷ്കളങ്കത നിങ്ങൾ കണ്ടെത്തുകയില്ല- പരിശുദ്ധിയെന്നത് അതാണുതാനും.

ഒരു കുട്ടി നല്ലതിനെക്കുറിച്ചോ ചീത്തയെക്കുറിച്ചോ ബോധവാനല്ല, അതാണ് അവന്റെ നിഷ്കളങ്കത. നന്മതിന്മകളുടെ കാര്യത്തിൽ വീണ്ടും അതിവർത്തനാത്മകനായിത്തീരുകയത്രേ പരിശുദ്ധി, ഹൃദയത്തിന്റെ പരിശുദ്ധി. ദ്വന്ദാത്മകതയുടെ അതിവർത്തനമാകുന്നു പരിശുദ്ധി. സദാചാരവാദി തെരഞ്ഞെടുപ്പ് നടത്തുന്നു; പരിശുദ്ധമായ ഹൃദയം നൈസർഗ്ഗികമായി ജീവിക്കുന്നു, തെരഞ്ഞെടുപ്പൊന്നുമില്ലാതെ. അയാൾ ജീവിക്കുന്നത് തെരഞ്ഞെടുപ്പില്ലാത്ത ഒരു രീതിയിലാണ്: തികച്ചും ജാഗരൂകനായി, ബോധവാനായി, എങ്കിലും ഒട്ടും തെരഞ്ഞെടുപ്പില്ലാതെ; സന്ദർഭത്തിന് സുലഭ്യനായിക്കൊണ്ട്, ഉത്തരവാദിത്വത്തോടെ പ്രതികരിച്ചുകൊണ്ട് അയാൾ ജീവിക്കുന്നു - എന്നാൽ അത് ഒരിക്കലും കണക്കുകൂട്ടലുകളിലൂടെയല്ല. പരമാനന്ദം വർഷിക്കുവാൻ തുടങ്ങുന്ന അടിസ്ഥാനപരമായ ഇടവും അതത്രെ.

പ്രഭാതമനനം

അഹംബോധത്തെ സമർപ്പണം ചെയ്യാനുള്ള ഒരു മാർഗ്ഗമാണ് ധ്യാനം. ധ്യാനം സമർപ്പണമാകുന്നു, സമർപ്പണത്തിന്റെ സാരാംശം. സാധാരണഗതിയിൽ നാം നമ്മുടെ അഹംബോധത്തെ അള്ളിപ്പിടിക്കുന്നു: സാധ്യമായ എല്ലാ രീതികളിലും നാമത് തെളിയിക്കാൻ ശ്രമിക്കുന്നു. ധ്യാനമെന്നാൽ ആ സഞ്ചാരം മുഴുവനും നാം അവസാനിപ്പിക്കുന്നു. ആ വേല മുഴുവനും നാം വിട്ടുകളയുന്നു. അഹംബോധത്തെ തെളിയിക്കുന്നതിൽ നമുക്കിനി താല്പ്പര്യമില്ല. കാരണം അതിന്റെ കാപട്യം, അതിന്റെ നിരർത്ഥകത മുഴുവനും നമുക്ക് കാണാൻ കഴിയുന്നു.

അത് മനസ്സിലാക്കിക്കൊണ്ട് ഒരുവൻ അതൊഴിഞ്ഞുപോകുവാൻ അനുവദിക്കുന്നു. അതിന്റെ നിരർത്ഥകതയും അതുണ്ടാക്കിത്തീർക്കുന്ന വിഷമങ്ങളും കണ്ടുകൊണ്ട് ഒരുവൻ അത് സമർപ്പണം ചെയ്യുന്നു; ഉടനടി ഒരു പരിവർത്തനവും നടക്കുന്നു.

നിങ്ങളിൽ നിന്ന് അഹംബോധം ഒഴിഞ്ഞുപോകുമ്പോഴൊക്കെയും അതീതത്തിൽ നിന്ന് എന്തോ ഒന്ന് ഉള്ളിലേക്ക് പാഞ്ഞടുക്കുന്നു. പൊടുന്നനെ അത് നിങ്ങളുടെ ആന്തരികശൂന്യതയെ നിറയ്ക്കുകയും ചെയ്യുന്നു. അതീതത്തിൽ നിന്നു വരുന്ന ആ ഊർജ്ജപ്രവാഹമാണ് ദൈവം. അതീതത്തിന്റെ ആ പ്രവാഹത്തിനുള്ള വഴിയൊരുക്കുകയാണ് ധ്യാനം.

എന്നാൽ നമ്മളിൽ നിറയെ നാം തന്നെയായിരിക്കുന്നതിനാൽ നമുക്കത് നഷ്ടമായിക്കൊണ്ടേയിരിക്കുന്നു. നാം നമ്മളെ പൂർണ്ണമായും ഒഴിഞ്ഞതാക്കേണ്ടതുണ്ട്, അത് ഒരു സമ്പൂർണ്ണമായ ശ്രമമായിരിക്കുകയും വേണം, അർദ്ധഹൃദയത്തോടെയുള്ളതാവരുത്. കാരണം അഹംബോധത്തിന്റെ ഒരംശമെ

ങ്കിലും നിലനിൽക്കുകയാണെങ്കിൽ, അതീതത്തെ നിങ്ങളിൽ നിന്ന് അകറ്റി നിർത്തുവാൻ അത് മതിയാകും. അഹംബോധം സമ്പൂർണ്ണമായും, തുടച്ചു നീക്കപ്പെട്ടവണ്ണം ഒഴിഞ്ഞു പോകേണ്ടതുണ്ട്, ആ ശൂന്യത അത്യന്തമായിരിക്കണം, പരിപൂർണ്ണമായ ശൂന്യതയായിരിക്കണം, അപ്പോൾ അവിടെ തടസ്സമൊന്നും ഉണ്ടാകുന്നില്ല; അപ്പോൾ ആ അതിഥി അകത്തേക്ക് വരുന്നു. ആ ശൂന്യത ദൈവത്തിന് ആതിഥേയത്വം വഹിക്കുന്നു. ദൈവത്തെ അറിയുവാൻ മറ്റു യാതൊരു മാർഗ്ഗവുമില്ലതാനും.

പ്രദോഷമനനം

തെരഞ്ഞെടുപ്പൊന്നുമില്ലാത്ത അവബോധത്തിൽ ജീവിക്കുമ്പോഴാണ് പരിശുദ്ധിയുണ്ടാകുന്നത്: നല്ലതിനോടും ചീത്തയോടും, രണ്ടിനോടും നിങ്ങൾ തല്പ്പരനല്ലാതിരിക്കുമ്പോൾ, നിങ്ങൾ ഒട്ടും വിഭജനം നടത്തുന്നതേയില്ല, എല്ലാറ്റിനെയും ദൈവികതയായി നിങ്ങൾ സ്വീകരിക്കുന്നു, വിഭജനങ്ങളെല്ലാം ഉപേക്ഷിക്കപ്പെടുന്നു. ആ ഏകമായതിനെ മാത്രം നിങ്ങൾ കാണുന്നു. പിശാചിൽ പോലും നിങ്ങൾ ദൈവത്തെ കാണുന്നു; അന്ധകാരത്തിൽ പോലും വെളിച്ചം, മരണത്തിൽ പോലും നിത്യജീവിതം നിങ്ങൾ കാണുന്നു. കാര്യങ്ങളെ ദ്വന്ദാത്മകമായി കാണുന്ന സാധാരണ രീതികൾ ഉപേക്ഷിക്കപ്പെടുമ്പോൾ, നിങ്ങൾ പരിശുദ്ധമായിത്തീരുന്നു. കാരണം അപ്പോൾ യാതൊന്നിനും നിങ്ങളെ മലിനീകരിക്കുവാൻ സാധ്യമല്ല. അതാണ് അവബോധത്തിന്റെ ആത്യന്തികമായ അവസ്ഥ.

എല്ലാ ദ്വന്ദാത്മകതകളെയും മറി കടക്കേണ്ടതുണ്ട്: സാന്മാർഗ്ഗികം- അസാന്മാർഗ്ഗികം, നന്മ- തിന്മ, ജിവിതം- മരണം, വേനൽ- ശൈത്യം, എല്ലാം അതിവർത്തിക്കപ്പെടണം. അങ്ങനെ ഒരുവന് ആ ഏകമായതിനെ കാണുവാൻ കഴിയണം. ആ ഏകമായതിനെ വിവിധങ്ങളായ കോടാനുകോടി രൂപങ്ങളിൽ, ഒരുവന് കാണുവാൻ കഴിയുന്നു; ആ ഏകമായത് എവിടെ, ഏതുരൂപത്തിൽ പ്രത്യക്ഷപ്പെട്ടാലും അതിനെ തിരിച്ചറിയുവാൻ ഒരുവൻ പ്രാപ്തനായിത്തീരുന്നു.

അത് സാധ്യമാണ്. ആകെ വേണ്ടത് കൂടുതൽ ജാഗ്രത്തായിത്തീരുവാനുള്ള ഒരല്പ്പം പിശ്രമമാണ്; ബോധവാനും തെരഞ്ഞെടുപ്പില്ലാത്തവനുമായി വർത്തിക്കുവാനുള്ള ഒരു ചെറിയ പരിശ്രമം: ഉള്ളിൽ കേവലം ഒതുങ്ങിയിരുന്നുകൊണ്ട് മനസ്സിനെ നിരീ

ക്ഷിക്കുക, യാതൊന്നും തെരഞ്ഞെടുക്കാതെ. ആ ഗതാഗതം മുന്നിലൂടെ കടന്നുപേകുന്നു, നിങ്ങൾ ഒരു വശത്ത് മാറിയിരിക്കുന്നു-ഒന്നിനെക്കുറിച്ചും ഒരു താല്പ്പര്യവുമില്ലാതെ, ശീതളമായി. പതുക്കെപ്പതുക്കെ ഒരു പരിശുദ്ധി നിങ്ങളുടെമേൽ ഇറങ്ങി വന്നു തുടങ്ങുന്നു. ആ പരിശുദ്ധിയാണ് മോക്ഷം.

പ്രഭാതമനനം

സ്വാതന്ത്ര്യമാണ് ഏറ്റവും ദൈവികമായ പ്രതിഭാസം. അതിനാൽ യാതൊന്നിനുവേണ്ടിയും -അതെന്തായിരുന്നാലും, അത് പ്രണയമാണെങ്കിൽ പോലും - സ്വാതന്ത്ര്യം ഒരിക്കലും ബലി കഴിക്കരുത്. കാരണം യാതൊന്നും തന്നെ സ്വാതന്ത്ര്യത്തേക്കാൾ ഉന്നതമല്ല. സ്വാതന്ത്ര്യത്തിനുവേണ്ടി എല്ലാം ത്യജിക്കപ്പെടാം, ജീവൻ പോലും. എന്നാൽ ഒന്നിനുവേണ്ടിയും സ്വാതന്ത്ര്യം ത്യജിക്കപ്പെടാൻ സാധ്യമല്ല. ദൈവത്തെപ്പോലും സ്വാതന്ത്ര്യത്തിനുവേണ്ടി ത്യജിക്കപ്പെടാവുന്നതാണ്. എന്നാൽ ദൈവത്തിന് വേണ്ടി സ്വാതന്ത്ര്യം ത്യജിക്കപ്പെടാൻ സാധ്യമല്ല.

ബുദ്ധൻ ദൈവത്തിൽ വിശ്വസിക്കുന്നില്ല. എന്നാൽ അദ്ദേഹം സ്വാതന്ത്ര്യത്തിൽ വിശ്വസിക്കുന്നു. മഹാവീരൻ ദൈവത്തിൽ വിശ്വസിച്ചിരുന്നില്ല. എന്നാൽ അദ്ദേഹം സ്വാതന്ത്ര്യത്തിൽ വിശ്വസിച്ചു. അവർക്ക് ദൈവമെന്ന പരികല്പ്പനയെ ഒഴിവാക്കുവാൻ കഴിഞ്ഞു. എന്നാൽ സ്വാതന്ത്ര്യമെന്ന പരികല്പ്പനയെ ഒഴിവാക്കുവാൻ കഴിഞ്ഞില്ല. വാസ്തവത്തിൽ സ്വാതന്ത്ര്യമാണ് യഥാർത്ഥദൈവം. സ്വാതന്ത്ര്യത്തിൽ ജീവിക്കുകയെന്നാൽ ഒരു ആദ്ധ്യാത്മികജീവിതം നയിക്കുകയാണ്. എന്നാൽ നിങ്ങളുടെ പുണ്യവാളന്മാർ എന്നു വിളിക്കപ്പെടുന്നവർ അടിമത്തത്തിലാണ് ജീവിക്കുന്നത്. അവർ സ്വതന്ത്രമനുഷ്യരല്ല. അവരാണ് വാസ്തവത്തിൽ ഭൂമുഖത്തുള്ള ഏറ്റവും വലിയ അടിമകൾ; മൃതമായ ആശയങ്ങളുടെ, പ്രത്യയശാസ്ത്രങ്ങളുടെ, അടിമകൾ.

നിങ്ങളുടെ അവബോധം ഒരിക്കൽ പൂർണ്ണമായും സ്വതന്ത്രമായിക്കഴിഞ്ഞാൽ പിന്നീടത് തടവറയിൽ അകപ്പെടുന്നില്ല. തടവിലാക്കപ്പെട്ട ആ മഹത്വം പുറത്തുവരുന്നു. ആദ്യമായി നിങ്ങളറിയുന്നു, നിങ്ങ

ളാരെന്ന്. നിങ്ങളുടെ മഹിമ, നിങ്ങളുടെ സൗന്ദര്യം നിങ്ങളറിയുന്നു. യേശു ജീവിക്കുകയും മരിക്കുകയും ചെയ്തത് ആ അനുഭവത്തിനു വേണ്ടിയായിരുന്നു; ബുദ്ധൻ ജീവിച്ചതും ജീവിതകാലം മുഴുവൻ അദ്ദേഹം പഠിപ്പിച്ചതും ആ അനുഭവത്തെയായിരുന്നു, സോക്രട്ടീസ് തന്റെ ജീവിതം ബലികഴിച്ചത് അതിനുവേണ്ടിയായിരുന്നു.

പ്രദോഷമനനം

അവബോധം പഠിക്കുക. കൂടുതൽ കൂടുതൽ ജാഗരൂകനായിത്തീരുക: നിങ്ങൾ ചെയ്യുന്ന എല്ലാ പ്രവൃത്തികളെക്കുറിച്ചും, നിങ്ങളുടെ മനസ്സിൽ നടന്നുകൊണ്ടിരിക്കുന്ന, നിങ്ങളുടെ ഹൃദയത്തിൽ നീങ്ങിക്കൊണ്ടിരിക്കുന്ന എല്ലാ കാര്യങ്ങളെക്കുറിച്ചും ജാഗരൂകനായിത്തീരുക. ഈ മൂന്ന് അടുക്കുകളെക്കുറിച്ചും ബോധവാനായിരിക്കുക: ശരീരം മനസ്സ്, ഹൃദയം-പ്രവൃത്തികൾ, ചിന്തകൾ, വികാരങ്ങൾ - ഈ മൂന്ന് തലങ്ങളിലും ബോധവാനായി വർത്തിക്കുക. അങ്ങനെ പതുക്കെപ്പതുക്കെ ആ അവബോധം നിങ്ങൾക്ക് സ്വകീയമായിത്തീരുകയും നിങ്ങളിൽ ആ നാലാമത്തേത് ജാതമാവുകയും ചെയ്യുന്നു. നാലാമത്തേത് ജാതമായിക്കഴിയുമ്പോൾ ദൈവം നിങ്ങളിലേക്ക് കടന്നുകയറിയിരിക്കുന്നു. ആ നാലാമത്തേത് നിങ്ങളുടെ ആത്മാവാകുന്നു. നിങ്ങളുടെ ഉള്ളിന്റെ യുള്ളിലെ കാമ്പ്. നിങ്ങൾ ജനിച്ചിട്ടില്ലെന്നും നിങ്ങൾ മരിക്കുവാൻ പോകുന്നില്ലെന്നും, നിങ്ങൾ നിത്യതയുടെ ഭാഗമാണെന്നും ആ വെളിപ്പെടൽ നിങ്ങളെ ബോധ്യപ്പെടുത്തുന്നു.

നിത്യതയെന്ന ആ ഹൃദയവികാരം തന്നെ ആനന്ദഹർഷമാകുന്നു. നിങ്ങളുടെ പരിപ്രേക്ഷ്യം മുഴുവനും മാറുന്നു. ലോകം നേരത്തെയുണ്ടായിരുന്നതു തന്നെയാണെങ്കിലും മേലിൽ അതങ്ങനെയല്ല. കാരണം നിങ്ങൾ ഇനിമേലിൽ മുമ്പത്തേതുപോലെയല്ല. യേശു വീണ്ടും വീണ്ടും പറയുന്നു, ‘‘നിങ്ങൾ കൊച്ചുകുഞ്ഞുങ്ങളെപ്പോലെയാകാത്തപക്ഷം എന്റെ ദൈവരാജ്യത്തിൽ നിങ്ങൾക്ക് പ്രവേശനമുണ്ടാവുകയില്ല’’ എന്ന്. എന്നാൽ അതിനർത്ഥം കുട്ടികൾ ദൈവരാജ്യത്തിലാണ് എന്നല്ല. അല്ലെങ്കിൽ പില്ക്കാലത്ത് അവർക്കത് നഷ്ടപ്പെടുന്നു എന്നല്ല. ആർക്കാണ് ദൈവലോകം നഷ്ടപ്പെടുത്താൻ കഴിയുക?

നിസ്സാരമായ ലൗകികകാര്യങ്ങൾക്കു വേണ്ടി ദൈവ രാജ്യം നഷ്ടപ്പെടുത്തുകയോ? കുട്ടികൾ അതിനക ത്തല്ല - അവർ അതിനെക്കുറിച്ച് ബോധവാന്മാരല്ല, അതിനാലാണ് ആ ഊന്നൽ: കൊച്ചുകുഞ്ഞുങ്ങളെ പ്പോലെയുള്ളവർ. ആ 'പോലെ' എന്ന വാക്ക് ഓർത്തി രിക്കുക. കൊച്ചുകുഞ്ഞുങ്ങളായിരിക്കുന്നവർ എന്നല്ല അദ്ദേഹം പറയുന്നത്, അദ്ദേഹം പറയുന്നത് കൊച്ചു കുഞ്ഞുങ്ങളെപ്പോലെയുള്ളവർ എന്നാണ്. ഒരു കാര്യം തീർച്ചയാണ്, അവർ കൊച്ചുകുഞ്ഞുങ്ങളല്ല; അവർ കൊച്ചുകുഞ്ഞുങ്ങളെപ്പോലുള്ളവരാണ്. അതാണ് ഒരു ഋഷിയുടെ നിർവചനം: അദ്ദേഹം ഒരു രണ്ടാം ശൈശവം പ്രാപിക്കുന്നു. അതുതന്നെയാണ് സന്ന്യാസവും- ഒരു രണ്ടാം ശൈശവത്തിന്റെ ജനനം, ഇത്തവണ അവബോധത്തോടുകൂടി. ആദ്യത്തെ തവണ അത് അവബോധമില്ലാതെയായിരുന്നു, അത് നിങ്ങൾക്ക് നഷ്ടപ്പെടുകയും ചെയ്തു. പക്ഷെ അവ ബോധത്തോടുകൂടി അത് നഷ്ടപ്പെടാൻ സാധ്യമല്ല.

പ്രഭാതമനനം

ഞാൻ വാൾട്ട് വിറ്റ്മാന്റെ ഈ വരികൾ വായിച്ചു കൊണ്ടിരിക്കുകയായിരുന്നു- ഞാൻ ഈ വരികളെ ഇഷ്ടപ്പെടുന്നു; ഈ ഭൂമുഖത്ത് സഞ്ചരിച്ച ഏറ്റവും പ്രസക്തരായ കവികളിൽ ഒരാളായിരുന്നു അദ്ദേഹം.

അദ്ദേഹം പറയുന്നു: ''ഞാൻ സ്വയം ആഘോഷി ക്കുന്നു, ഞാൻ എന്നെക്കുറിച്ചുതന്നെ പാടുന്നു. ഞാൻ വിഭാവനം ചെയ്യുന്നത് നിങ്ങളും വിഭാവനം ചെയ്യുന്നു. കാരണം എന്റേതായ ഓരോ കണികയും നിങ്ങളു ടേതും കൂടിയാണ്.'' എല്ലാ ദാർശനികരുടേയും സന്ദേശം അതാണ്. അറിഞ്ഞിട്ടുള്ളവരുടെയെല്ലാം സന്ദേശം, പ്രത്യേകിച്ചും എന്റെ സന്ദേശം ആഘോ ഷമാകുന്നു.

നിങ്ങളുടെ മുഴുവൻ ഹൃദയവും പറയുമാറാകട്ടെ, ''ഞാൻ സ്വയം ആഘോഷിക്കുന്നു, ഞാൻ എന്നെ ക്കുറിച്ച് പാടുന്നു.'' പക്ഷെ ഓർക്കുക. ഈ 'സ്വയം' അഹംബോധമല്ല. അത് അഹംബോധത്തിനപ്പുറമുള്ള എന്തോ ആണ്. അഹംബോധം നിങ്ങളുടെ സൃഷ്ടിയാ ണ്. സ്വത്വം ദൈവത്തിന്റെ അംശവും. പരമോന്നത സത്തയുടെ ഭാഗമാണത്. ആ സത്ത നിങ്ങളെ ഒരു വേറിട്ട വ്യക്തിയാക്കുന്നില്ല, അത് നിങ്ങളെക്കൊണ്ട് ഒരു ദ്വീപുണ്ടാക്കുന്നില്ല. അത് നിങ്ങളെ പൂർണ്ണതയു മായി ഏകോപിപ്പിച്ചുകൊണ്ട് നിലനിർത്തുന്നു. അതിനാലാണ് ഈ ആഘോഷം, ഈ ആഹ്ലാദം, ഈ ആനന്ദഹർഷം.

പ്രേമം, പരമാനന്ദം, ആഘോഷം, ദൈവം, സത്യം, സ്വാതന്ത്ര്യം- ഇവയെല്ലാം ഒരേ പ്രതിഭാസത്തിന്റെ വിവിധങ്ങളായ ഘടകങ്ങളാണ്. അഹംബോധം ഒഴി ഞ്ഞുപോയിക്കഴിയുന്നതോടെ, നിങ്ങൾ ഒരു നാനാ

മാനയാഥാർത്ഥ്യത്തിലേക്ക് പ്രവേശിക്കുന്നു, അതിൽ ഇവയെല്ലാം അടങ്ങിയിട്ടുണ്ട്. പക്ഷെ നിശ്ചയമായും ധൈര്യമാവശ്യമാണ്. ഒരുവന് തന്റേടം ആവശ്യമാണ്. ഹൃദയപൂർണതയോടെ ജീവിക്കുവാൻ, അനന്തതയുമായി, നിത്യതയുമായി സ്വരച്ചേർച്ചയിൽ ജീവിക്കുവാൻ വേണ്ടുവോളം ധൈര്യവാനായി വർത്തിക്കുക.

പ്രദോഷമനനം

യഥാർത്ഥഋഷിവര്യൻ ഒരു യതി അല്ല, അദ്ദേഹം ആത്മപീഡകനല്ല. അയാൾ ജീവിതത്തെ സ്നേഹിക്കുന്നു, ജീവിതത്തെ ആസ്വദിക്കുന്നു, കാരണം ജീവിതം അഭിവ്യഞ്ജിതമായിരിക്കുന്ന ദൈവമല്ലാതെ മറ്റൊന്നുമല്ല. യഥാർത്ഥഋഷി നിറയെ ഗീതങ്ങളാണ്. അദ്ദേഹത്തിന്റെ ഓരോ വാക്കും ഒരു ഗാനമാണ്. ശരിക്ക് മനസ്സിലാക്കുകയാണെങ്കിൽ അദ്ദേഹത്തിന്റെ ഓരോ ചലനവും ഒരു നൃത്തമാണ്; ശരിയായി മനസ്സിലാക്കിയാൽ, അദ്ദേഹത്തിന്റെ ഓരോ അംഗവിക്ഷേപവും ഒരാഘോഷമാണ്.

ഇത് സംഭവിക്കുന്നത് അവബോധത്തിന്റെ പരമമായ ആ അവസ്ഥ മൂലമാണ്. ആ അത്യുന്നത ശൃംഗത്തെ സ്പർശിച്ചുകഴിയുമ്പോൾ, അതിനപ്പുറം യാതൊന്നുമില്ലാതായിത്തീരുമ്പോൾ.... എല്ലാം പന്നിൽ വിട്ടുകളഞ്ഞിരിക്കുന്നു, ശരീരം അങ്ങകലെ അതിവിദൂരത്തിൽ, താഴെ താഴ്‌വാരത്തിൽ; മനസ്സ് വഴിക്കെവിടെയോ, ഇപ്പോൾ നിങ്ങൾ പരിശുദ്ധമായ അവബോധം മാത്രം- യാതൊരു വസ്തുവുമില്ല. കേവലം ശുദ്ധമായ ആത്മനിഷ്ഠത മാത്രം- അതിനെ സമാധിയെന്ന് വിളിക്കുന്നു. അപ്പോൾ ആയിരക്കണക്കിന് ഗാനങ്ങൾ നിങ്ങളുടെ സത്തയിൽ ഉയർന്നുവരാൻ തുടങ്ങും, ആയിരമായിരം പുഷ്പങ്ങൾ വിടർന്നുല്ലസിക്കും. ഇത് സംഭവിക്കാത്തിടത്തോളം ഒരു മനുഷ്യനും സഫലീകൃതനല്ല, ഒരു മനുഷ്യനും ഒരിക്കലും സംതൃപ്തനാകുവാൻ സാധ്യമല്ല; ഇത് സംഭവിക്കുന്നതിനു മുമ്പ് ഒരു മനുഷ്യനും സ്വസ്ഥനാകുവാൻ സാധ്യമല്ല.

ഒരുവൻ തന്റെ ഹൃദയത്തിനുള്ളിൽ ദൈവികമായ ഒരസ്വാസ്ഥ്യം കൊണ്ടു നടക്കേണ്ടതുണ്ട്..... ഒരുവൻ സമാധിയെ പ്രാപിക്കുവാൻ, അതിബോധത്തെ

പ്രാപിക്കുവാൻ വേണ്ടിയുള്ള ഒരു തീവ്രാഭിവാഞ്ഛ യായിത്തീരേണ്ടതുണ്ട്. അത് എല്ലാവർക്കും സംഭവി ക്കാവുന്നതാണ്. അത് എല്ലാവരുടെയും ജന്മാവകാ ശമാണ്, നാം അത് അവകാശപ്പെടുകയേ വേണ്ടൂ.

Notes

Notes

www.ingramcontent.com/pod-product-compliance
Lightning Source LLC
LaVergne TN
LVHW090411051026
849518LV00006B/2308
* 9 7 8 9 3 5 5 1 7 4 3 9 0 *